அனாகத நாதம்

செந்தில் ஜெகன்நாதன்

சொற்றுணை
பதிப்பகம்

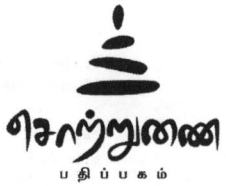

சொற்றுணை
பதிப்பகம்

அனாகத நாதம்
செந்தில் ஜெகன்நாதன்©
உரிமை : ஆசிரியருக்கு

இரண்டாம் பதிப்பு : டிசம்பர் 2025

அட்டைப்பட ஓவியம்: கோ. இராமமூர்த்தி
அட்டை வடிவமைப்பு : மணிகண்டன்
பின் அட்டை புகைப்படம் : மதியரசு
உள்பக்கங்கள் வடிவமைப்பு: சந்தோஷ் கொளஞ்சி

வெளியீடு :
சொற்றுணை பதிப்பகம்
52, யாதவத்தெரு, பனம்பள்ளி
SS. நல்லூர் (அஞ்சல்)
உளுத்துக்குப்பை, மயிலாடுதுறை – 609118

அச்சாக்கம்: ரமணி பிரிண்ட் சொல்யூஷன்,
சென்னை – 600089

பக்கங்கள்: 152
விலை: ரூ. 200

Anaagadha nadham
Senthil Jagannathan©
Copyright : Author

Second Edition : December 2025

Cover Drawing : G. Ramamoorthi
Cover Design : Manikandan
Back Cover Photo : Madhiyarasu
Layout Design : Santhosh Kolanji

Published by:
Sotrunai Publication
No: 52, yadhava street, Panampalli
SS.Nallur post,
Ulutthukuppai, Mayiladuthurai - 609118
Email : sotrunai@gmail.com

ISBN Number : 978-81-983805-6-2

Printer: Ramani Print Solution,
Chennai - 600089

Pages: 152
Rate: ₹200

ஆசிரியர் குறிப்பு

செந்தில் ஜெகன்நாதன் பிறந்தது ஆகஸ்ட் 20, 1987 – ஊர் மயிலாடுதுறையில் உள்ள பனம்பள்ளி கிராமம். தற்போது சென்னையில் திரைப்படத்துறையில் பணியாற்றி வருகிறார். திரைப்படங்களுக்கு திரைக்கதை வசனம் எழுதி வருகிறார். தன் முதல் படத்தை இயக்கும் முயற்சியில் இருக்கிறார். 2018 ஆம் ஆண்டு முதல் கதை, ஆனந்த விகடனில் வெளிவந்தது. அதைத் தொடர்ந்து பல்வேறு இதழ்களில் தொடர்ச்சியாக சிறுகதைகள் எழுதி வருகிறார். முதல் தொகுப்பு மழைக்கண் 2022ஆம் ஆண்டு வெளியாகி 2023 ஆம் ஆண்டு சிறந்த சிறுகதைத் தொகுப்புக்கான வேலூர் கோட்டைத் தமிழ் முற்றம் விருதைப் பெற்றது. இவரது கதைகள் ஆங்கிலம், மலையாளம், தெலுங்கு ஆகிய மொழிகளில் மொழிபெயர்க்கப் பட்டிருக்கின்றன.

தொலைபேசி : 9524682864

Email ID : senthiljaganathan56@gmail.com

நன்றி

தமிழினி, தினகரன் தீபாவளி மலர், நீலம்,
ஆனந்த விகடன், உயிர்மை

நன்றி

எழுத ஊக்கமளிக்கும் ஆசிரியர்களுக்கும்,
குடும்பத்தினருக்கும், நண்பர்களுக்கும்..

சமர்ப்பணம்

தன் வாழ்வின் வழி எனக்கு வாழ்க்கையைச் சொல்லிக் கொடுத்த என் அப்பா ஜெகன்நாதன் அவர்களுக்கு...

தருணங்களைக் கண்டடைதல்

நாம் கடந்து வந்த அனுபவங்கள் யாவுமே கதைகளாக எஞ்சும் இந்த வாழ்வில் நாம் யார் யாருடைய கதைகளில் பாத்திரமாக இருப்போம் என்று நான் அடிக்கடிச் சிந்திப்பதுண்டு. இன்ப, துன்பங்கள்யாவும் கதைகளாகிப் போக, கதைகளே அதை மீட்டெடுத்துப் பார்த்துக்கொள்ளவும் உதவுகின்றன.

கற்பனையின் மூலம் மனதிற்குச் சிறகுகளை அணிவிக்கும் நேரம் என்று கதை எழுதும் தருணங்களைச் சொல்வேன். உயரப் பறக்கும் மனதை, அது செல்லும் பாதைகளைக் கதைகளைக் கொண்டு நான் அறிந்துகொள்ள முயல்கிறேன்.

நிகர் வாழ்விலிருந்து சற்று விடுபட்டுப் புனைவுகளின் துயரங்களுடன் சஞ்சரிக்கும்போது மற்ற துயரங்களெல்லாம் ஒன்றுமில்லாது போகின்றன.

'மழைக்கண்' தொகுப்பு வெளிவந்து ஏராளமான வாசக மனங்களிலும், படைப்பாளிகள் மத்தியிலும் எனக்கொரு இடத்தைப் பெற்றுத் தந்தது. அது தந்தப் பொறுப்புதான் இந்தக் கதைகளை நான் தொகுப்பதற்குச் சற்றே காலம் எடுத்துக் கொண்டது. எதார்த்தவாத கதைகளுக்கு அடுத்தபடியாகச் சற்றே வேறுவகையான கதைகளையும், தருணங்களையும் இந்தத் தொகுப்பு கதைகளில் முயற்சித்திருக்கிறேன்.

சொற்றுணைப் பதிப்பகம் வழியாக வெளிவரும் இரண்டாவது நூல் 'அனாகத நாதம்.' நான் வேறு வேறு மனநிலைகளில் இருந்து எழுதிய கதைகள் இவை. அந்தத் தருணத்தில் அதுவாக வாழ்தல் என்பது போல எழுதும்போது கதாபாத்திரங்களாக

மாறி, அவர்தம் சுழலில் சிக்கி, இறுதி வரியை எழுதித் தலையை உதறிக் கரையேறி மீண்டும் எழுத்தாளனாக மாறும் ஒவ்வொரு தருணமும் என் வாழ்க்கையின் மகத்தான தருணங்கள் என்பேன்!

என் அப்பா வீட்டுக் கொல்லையில் வேலி முழுக்க செம்பருத்திச் செடிகள் நிறைய வளர்த்தார். ஒருநாள் காலை தூக்கம் கலைந்து எழுந்து வந்து பார்க்கும்போது வேலியோரத்தில் நின்றிருந்த அத்தனை செடிகளிலும் செம்பருத்திப்பூக்கள் மலர்ந்திருந்தன. பூக்கள் காற்றில் ஆடி மேலும் கீழுமாய் அசையும்போது என் செவியில் நாதஸ்வர இசை ஒலித்தது. அப்போது வெறுமனே புன்னகைத்துக் கொண்டேன். என் அப்பா மறைந்து இரண்டு வருடங்கள் கழித்து 'அனாகதநாதம்' கதை எழுதிக்கொண்டிருக்கும்போது ஒரு நள்ளிரவில் செம்பருத்திப்பூக்களின் நினைவு வந்து தூக்கத்திலிருந்து எழுந்து லேப்டாப்பைத் திறந்து அந்தத் தருணத்தை எழுதினேன். எழுதும்போதும் அதே நாதஸ்வர ஓசை திரும்பவும் கேட்டு உடலைச் சிலிர்க்கச் செய்தது. உடனே யூட்யூபில் நாகஸ்வர கலாநிதி காருக்குறிச்சி அருணாச்சலம் அவர்கள் வாசித்த நகுமோமுவைக் கேட்டு முடிக்கும்போது விழிகளில் கண்ணீர் கொட்டியது.

'கண்ணீர் வந்தது இசையாலா, கதையாலா?' என்று யோசிக்கும் வேளையில் எல்லாவற்றுக்குள்ளும் என் தந்தையின் நினைவுகளே நிறைந்திருந்தது.

"கையில் கிடைத்த கடலையை மடித்த தாள் என்றாலும்கூட உன் தந்தை எடுத்துப் படிப்பான்" என்று தாத்தா முதன்முதலாகக் கூறிய வார்த்தைகளில்தான் வாசிப்பு குறித்த ஈர்ப்பு என்னுள் இறங்கியிருக்க வேண்டும் என்று நினைக்கிறேன். நானும் அப்படிக் கையில் கிடைத்ததையெல்லாம் எடுத்து வாசிக்கும்போது என் ஆர்வத்தைக் கண்டு சிறுவர் நூல்களை வாங்கிக்கொடுத்து என் வாசிப்பைப் பரவலாக்கியது முதல் எழுத்தும், சினிமாவும்தான் இனி எல்லாம் என்று முடிவெடுத்து அவரிடம் தெரிவிக்கும்போது "நீ இன்னும் முன்னாடியே வந்து சொல்லுவேன்னு எதிர்ப்பார்த்தேன்" என்று அவர் சம்மதம்

கூறிய தருணத்தை எப்போதும் நினைத்துக் கொள்வேன். இருப்பினும் பார்த்துக் கொண்டிருந்த பணியைவிட்டுத் திரைப்படங்கள், எழுத்து என இயங்கத் தொடங்கியதும் எனக்கும் – தந்தைக்கும் குழப்பங்களும், வாதங்களும் இருந்துகொண்டேதான் இருக்கும். ஆனால் என் கதைகள் வெளியாகும்போது அவர் வாசித்து அந்த இதழ்களைத் தன் படுக்கைக்கருகில் பத்திரப்படுத்தி, உறவினர்கள் நண்பர்களுக்குத் தொலைபேசி “என் பையன் கதை வந்திருக்கு” என்று பெருமை பொங்கச் சொல்லியதைக் குடும்பத்தினர் கூறுவார்கள். என் தந்தைக்கு என் மீது முழுமையான நம்பிக்கை வந்துவிட்டது என்பதை அறிந்த தருணம் பொக்கிஷம்.

கல்வி ஒன்றே பின்புலம் என்ற நடுத்தர குடும்பத்தில் எந்தவிதப் பொருளாதார உறுதியுமில்லாத துறையை மகன் தேர்ந்தெடுக்கிறான் என்றதும் தடையெதுவும் கூறாமல், மகன் பொருளாதாரத்திற்கு அப்பாற்பட்டு ஏதோ ஒன்றை செய்ய நினைக்கிறான் என்று என்னை நம்பிக்கையோடு அனுமதித்த என் தந்தை திரு.K.ஜெகன்நாதன் அவர்களின் நினைவை வணங்கி, அடிபணிந்து இந்த நூலைச் சமர்ப்பிக்கிறேன்.

மிக்க அன்புடன்

செந்தில் ஜெகன்நாதன்

மார்கழி 3

2024

சென்னை

9524682864

உள்ளடக்கம்

1. அலகிலா விளையாட்டு — 13
2. போகன்வில்லா — 25
3. சாயை — 56
4. விடம் — 71
5. தம்பொருள் — 85
6. அனாகத நாதம் — 102
7. நஞ்சமுது — 121
8. கடைமுகம் — 135

அலகிலா விளையாட்டு

காரைகள் உதிர்ந்து எலும்பும் தோலுமாய் தளர்ந்து நிற்கும் முதியவரைப் போல உடம்பிலிருக்கும் செங்கற்கள் தெரிய பரிதாபமாக நின்று கொண்டிருந்தது எங்கள் தெருவை நோக்கியபடி இருக்கும் பாலமுருகன் ஆலயத்தின் சதுர வடிவ சுற்றுச் சுவர்.

சுவரை ஒட்டியிருந்த நந்தியாவட்டை மரங்களின் துணைகொண்டு மதில்மீது ஏறி அமர்ந்து, துவார பாலகர்களென இணையாக நின்றிருந்த இரண்டு கல்தூண்களில் ஒன்றிலிருந்து மற்றொன்றுக்குத் தாவி மதிலைச் சுற்றி சதுரமிடுவதுதான் எங்களின் அன்றாட விளையாட்டுகளில் பிரதானமானது.

மதில் மேலே ஆங்காங்கே ஏற்பட்டிருக்கும் பொக்கைகள் பட்டு பின்பக்கத்தில் கால் சட்டைகள் கிழிவதும், அதற்காக வீட்டில் அடியும் திட்டும் வாங்குவது தொடர்ந்தாலும் மதில் மீது ஏறினால்தான் அன்றைய நாள், எங்களுக்கு ஆடிக்களித்த நிறைவை அளிக்கும்.

பெரியவர்கள் யாராவது கோவில் பக்கமாக கடக்கும் போது மட்டும் இறங்குவது மாதிரி ஒரு காலை கீழே தொங்கவிட்டு பாவனைக் காட்டிவிட்டு அவர் தலை மறைந்ததும் உடனடியாகத் தாவத் தொடங்குவோம்.

என் ஆச்சி தான் வாழ்க்கைப்பட்ட தத்தனூரில் இருக்கப் பிடிக்காமல் பிறந்த ஊரான பனம்பள்ளிக்கே தாத்தாவுடன் வரும்போது இந்தக் கோவிலுக்கு மதில் சுவர் கட்டுவதற்காக குழிதோண்டிக் கொண்டிருந்தார்களாம். ஊர் பஞ்சாயத்தில் முடிவு செய்திருந்த வீட்டுக்கு ஐம்பது ரூபாய் வரிப்பண தொகையைக் கட்ட முடியாமல் அதற்கு பதிலாக ஆச்சியும் தாத்தாவுமாக சேர்ந்து இங்கு கல்,மண் சுமந்து உழவாரப்பணிகளில் ஈடுபட்டிருக்கிறார்கள். முருகன் கோவிலில் விளையாடிவிட்டு வீட்டுக்குச் செல்லும் ஒவ்வொரு முறையும் இந்தக் கதையை ஆச்சி எங்களுக்கு வரி மாறாமல் சொல்வது வழக்கம்.

இன்றைக்கு காணும் பொங்கல் நாள்!

குழந்தை லைட் சுவிட்சைப் போட்டு, நிறுத்தி விளையாடுவதைப் போல வானில் இருளும் ஒளியும் மாறி மாறித் தோன்றிக் கொண்டிருந்தது. பனியைப் பொருட்படுத்தாமல் மூன்று தெருவிலிருந்தும் சிறுவர்கள் கோவிலுக்கு அடுத்தடுத்து வரத் தொடங்கினார்கள். எல்லோரும் ஆறுமணிக்கு கோவிலுக்கு வந்துவிட வேண்டுமென்று நேற்றே முடிவு செய்யப்பட்டு தகவல் சொல்லப்பட்டு விட்டது.

மார்கழி மிச்சம் வைத்துப் போயிருந்த குளிர் உடலில் ஏறிக்கொண்டிருந்ததால் வயதில் சற்றுப் பெரிய பையன்கள் உள்ளங்கைகளை உரசி வெப்பம் உண்டாக்கிக் கொண்டிருந்தார்கள். அவர்களில் இளையவர்கள், தூக்கம் முகத்தில் வழிய அண்ணன்களின் வாய் பார்த்து நின்றுகொண்டிருந்தார்கள்.

கதிரெழுந்ததும் பல வண்ணங்களில் அமிழ்த்தி எடுத்ததைப் போல வண்ணமடிக்கப் பட்ட வீடுகள் எல்லாமே புதுச்சட்டைப் போட்ட பையன்களைப் போலிருந்தன. புது தாவணி அக்காக்களும், பழம் புடவை அம்மாக்களும் கோலம் போடும் வைபவம் எல்லா வாசல்களிலும் தொடங்கியிருந்தது. பால்

காரர்களின் ஆரன் சத்தமும், மாடுகளை குளிப்பாட்டவும், மூக்கணாங்கயிறு போடவும் நாக்கை மடக்கி மேலண்ணத்தைத் தட்டி எழுப்பப்படும் தாஜா சத்தமும் அக்கம்பக்கத்திலிருந்து வந்தபடியே இருந்தது. மண்டிக்கொல்லை தென்னை மரத்திலிருந்து குயில் கேட்டக் கேள்விக்கு கோவிலுக்குப் பின்னாலிருந்த நாவல் மரத்திலிருந்து மைனா பதில் சொல்லிக்கொண்டிருந்தது.

மாட்டுப்பொங்கல்தான் எங்கள் கிராமத்தில் பெரும் கொண்டாட்டமான நாள். பெரிய குளத்திலும், ராஜா குளத்திலும் மாடுகளைக் குளிப்பாட்டி, கொம்பில் வித விதமாக வர்ணமடித்து, புதிய பூட்டாங்கயிறு கட்டி, நெட்டி மாலை, நெல்லிக்கொத்து மாலைகள் அணிவித்து, நெற்றியில் சந்தன குங்குமம் வைத்து, மஞ்சள் குங்குமச் சோறை மாடுகளுக்குப் படையல் வைத்து, சூடம்,சாம்பிராணி காட்டி குடும்பத்தோடு நெடுஞ்சாண் கிடையாக விழுந்து வணங்குவோம். ஊரில் உள்ள விவசாயிகள் தங்களிடம் டயர் மாட்டுவண்டி இருந்தாலும் சரி, டிராக்டர் இருந்தாலும் சரி அதற்கும் சேர்த்து ஒரு படையலைப் போட்டு பக்கத்து ஊர் வரைக்கும் ஊர்வலம் போவார்கள். அதில் சிறுவர்களாகிய நாங்களும் ஏறிக்கொள்வோம். “பொங்கலோ பொங்கல் மாட்டுப் பொங்கல்” என்ற கோஷம் காற்றில் அதிரும்.

மறுநாள் காணும் பொங்கலன்று பசி மறந்து, உடல் மறந்து, உலகெலாம் மறந்து ஆடி ஆடி களைத்தே அன்றைய நாள் களைகட்டும்!

எங்கள் எல்லோரையும் வட்டமாக அமரவைத்து அன்றைக்கு நாள் முழுக்க விளையாடப்போகும் விளையாட்டு நிரல்களை சுந்தரம் அண்ணனும், குளஞ்சி அண்ணனும் சொல்லத் தொடங்கினார்கள். அவர்கள் சொல்லும்போதே தரை அதிர ஓட வேண்டுமென டைவ் அடித்த மனதை அடக்கிக் கொண்டு, அனைவரும் கண்களில் ஆர்வத்தோடு அமர்ந்திருந்தோம்.

வருடத்தில முன்னூற்று அறுபத்து நான்கு நாட்களும் கிரிக்கெட் விளையாடுவதால் இன்று ஒருநாள் மட்டும் கிரிக்கெட்டுக்கு விடுமுறை. முதலில் கிட்டிப்புள் அதற்கடுத்து ஓட்டப்பந்தயம், அது முடிந்து கபடி, பின்னர் ஸ்லோ சைக்கிள் பந்தயம் (நான்

அப்போதுதான் குரங்கு பெடலில் இருந்து கம்பிக்கு மாறி சீட்டில் அமர்ந்திருந்தேன். இரண்டு வாரமாக பள்ளிக்குச் சென்று வரும்போது மாலை நேரத்தில் மெதுமெதுவாக ஓட்டுவதற்குப் பயிற்சி எடுத்திருந்தேன்), இறுதியாக பானை கட்டி உறியடித்தல்! (அதற்காக பானைகள் வாங்க ரோட்டுத் தெரு மண்ணுடையார் வீட்டிற்கு இரண்டு பேர் அனுப்பி வைக்கப்பட்டிருந்தனர்.)

கிட்டிப் புள் செய்வதில் வினைஞனான குளஞ்சி அண்ணன் எங்கள் கொல்லைப்புற வேலியோரம் நின்றிருந்த பூவரச மரத்தில் சத்தம் வராமலும், சந்தேகம் வராமலும் உள்பக்கமாக கிளைத்திருந்த ஒரு போத்தை வெட்டி எடுத்து வந்திருந்தான். அதை அவன் அரிவாளால் இழைத்து செய்துகொண்டிருந்ததைப் பார்க்கும்போதே அதைத் தொட்டுப்பார்க்க ஆவலாக இருந்தது.

கபடிக்காக நேற்றே மண்ணடித்து சமன்படுத்தி நிரவப்பட்டிருந்தது மண்டிக்கொல்லையின் மேற்குப் பகுதி. மண்ணைத் தொட்டுக் கும்பிட்டு புலிப்பாய்ச்சலாக சென்று மின்னல் வேகத்தில் ஆட்களை அவுட் செய்து வரும் கனவு இரண்டு நாட்களாகவே வந்துகொண்டிருக்கிறது. கபடி ஆரம்பிக்கும் முன்பு வீட்டிற்குப் போய் அம்மாவுக்குத் தெரியாமல் உடம்பில் கொஞ்சம் தேங்காய் எண்ணை தடவிக் கொண்டு வரவேண்டும்.

மற்ற விளையாட்டுகளுக்கு எல்லாம் ஆயத்தமாக நேரம் எடுத்துக் கொண்டிருந்ததால், நாங்கள் மதில் மீது ஒவ்வொருவராக ஏறத் தொடங்கினோம். நான் இடது பக்க கல்தூணிலிருந்து வலது தூணுக்குத் தாவத் தயாராகும்போது ஒரு ஆட்டோ எங்கள் தெருவிற்குள் நுழைந்தது. என் கண்கள் ஆட்டோவோடு சென்று எங்கள் வீட்டு வாசலில் நின்றது.

சட்டெனக் குதித்து நான் வீட்டை நோக்கி ஓட ஆரம்பிக்க என் தம்பிகள் எனக்குப் பின்னால் ஓடி வந்தார்கள். வாயில் முந்தானையைப் பொத்தி நின்றுகொண்டிருந்த அம்மா எங்களைப் பார்த்துக்கொண்டே ஆட்டோவில் ஏறி அமர, என் இரண்டாவது தம்பி கணேஷ் கைகால்களை உதறிக்கொண்டு கத்தி அழ ஆரம்பித்தான். நாங்கள் பதற்றத்தோடு ஆட்டோவை சமீபிக்கும்போது அப்பா ஒரு குழந்தையை ஏந்தி வருவதைப்போல

பச்சை வண்ண துப்பட்டிக்குள் சுற்றப்பட்டிருந்த ஆச்சியை வீட்டிலிருந்து தூக்கி வந்து ஆட்டோவிற்குள் அமர வைக்க, அம்மா ஆச்சியின் தோளைப் பற்றி சரியாக அமர வைத்தாள். ஆச்சி பற்களை நரநரவெனக் கடித்துக் கொண்டு, கண்ணை இறுக மூடி, மார்புக்கு நடுவே இரண்டு கைகளையும் அழுத்தி பிடித்தபடி உடலை முறுக்கிக்கொண்டு அமர்ந்திருப்பதைப் பார்க்கும்போதே அவள் அனுபவிக்கும் வலி முகத்தில் தெரிந்தது. இதுபோல் ஆச்சிக்கு ஏற்கனவே நெஞ்சு வலி வந்ததை நான் பார்த்திருக்கிறேன். ஆனாலும் அன்று இரவு வந்த வலி இன்றைக்குக் காலையிலேயே வந்திருப்பது விநோதமாக இருந்தது.

அம்மா என்னிடம் "ஆஸ்பத்திரிக்குப் போய்ட்டு வர்றோம் வீட்லயே இருங்க" என்று கலவரமான முகத்தோடு சொன்னாள். 'சரி'யென்று தலையாட்டினாலும் நிரந்தர எதிரிகளான அம்மாவும் ஆச்சியும் அருகருகே ஒற்றுமையாக உட்கார்ந்திருக்கும் காட்சியை முதன்முறையாக பார்த்த அதிர்ச்சியிலேயே நான் உறைந்துபோய் நின்று விட்டேன். சில நொடிகள் அவர்கள் இருவருக்கும் இடையே நடந்த சண்டைகளையெல்லாம் மனத்திரையில் கொண்டு வர முயன்று தோற்றுக் கொண்டிருந்தேன். ஆச்சியின் கேவல் சத்தம், வலி உயர்ந்துகொண்டே இருந்ததை உணர்த்தியது. அப்பா தன் கைப்பையை உள்ளேயிருந்து எடுத்துக் கொண்டு, பொத்தான்கள் போடாத சட்டையுடன் வந்து டிரைவரிடம் "புறப்படலாம்" என்று சொன்னார்.

அப்பாவைப் பார்த்ததுமே கணேஷின் முகத்தில் அழுகை நின்றிருந்தது. ஆனந்த் நாங்களும் வரலாமா என்ற கேள்வியோடு அப்பாவின் முகத்தையே பார்த்தபடி அவர் எதிரில் நின்றான். அப்பா எங்கள் யாரையுமே பார்க்காமல் உள்ளே ஏறி ஆச்சியின் பக்கம் அமர்ந்தார். அவரது பார்வை எங்கோ பார்த்து நிலைகுத்தியிருக்க கண்களில் நீர்முத்து மின்னிக் கொண்டிருந்தது. ஆட்டோ டிரைவர் வண்டியைக் கிளப்ப, மஞ்சளும் கருப்புமான அந்த வாகனத்தைத் துரத்திக்கொண்டு எங்களின் மனங்கள் ஓடத்தொடங்க, நாங்கள் மூவரும் அப்படியே வாசற்படியில் சில நிமிடங்களுக்கு எதுவும் பேசாமல்

அமைதியாக அமர்ந்திருந்தோம். "ஆட்டத்துக்கு உத்திப் பிரிக்கப் போறோம் வாங்கடா" என்ற குரல் கவனத்தைக் கலைத்தது.

குளஞ்சி அண்ணனும், சுந்தரம் அண்ணனும் உத்தி கேட்டு நின்றிருந்தார்கள். இரண்டு இரண்டு பேராக தனியாகச் சென்று "நீ புலி, நான் சிங்கம்" என்று பேசி வைத்துக் கொண்டு, உத்தி கேட்பவர்களிடம் "புலி வேணுமா, சிங்கம் வேணுமா ?" என்று கேட்போம். யார் எதைக் கேட்கிறார்களோ அதுவானவர்கள் அந்த அணியில் விளையாடுவார்கள். அப்படித்தான் அணிகள் பிரியும். வழக்கம்போல நான் குளஞ்சி அண்ணன் அணியிலும், என் தம்பி சுந்தரம் அணியிலும் வெள்ளைக் குதிரையாகவும் கருப்புக் குதிரையாகவும் பிரிந்தோம்.

மண்ணுடையார் வீட்டுக்குச் சென்று வந்திருந்தவர்கள் நான்கு அழகான பானைகளை வாங்கி வந்திருந்தார்கள். அதில் தண்ணீர் ஊற்றி பக்கத்து வீடுகளில் கலர் கோலமாவுகளைக் கலந்து சில சில்லறைக் காசுகள் போடப்பட்டது. சற்று நேரத்திற்கெல்லாம் அதிலொரு பானையில் தண்ணீர் கசிந்து ஒழுகத் தொடங்கியதும் பானை வாங்கச் சென்றவர்களுக்கு கண்களில் பீதி கிளம்பியது. அதற்கு பிராயச்சித்தமாக அவர்கள் வீட்டிலிருந்து பானை எடுத்து வர வேண்டுமென முடிவு செய்யப்பட்டது. அவர்கள் ஒவ்வொரு வீட்டின் கொல்லைப்புறமாக பழைய பானைகளை பொறுக்கச் சென்றார்கள்.

மண்டிக்கொல்லையில் கபடிக்காக செதுக்கப்பட்டிருந்த புல் தரையில் வெயில் ஏறத் தொடங்கும் முன்பே மணலை நிரவி விட மண்வெட்டியோடு நின்றிருந்த கலியனுக்கும், மாரிக்கும் குடத்தில் நானும் ஆனந்தும் தண்ணீர் எடுத்துச் சென்றோம். ஒட்டுப்பில்லும், கீழாநெல்லியும், காட்டாமணியும், பூண்டுச்செடிகளுமாக புழுதியோடு ஆங்காங்கே குவிக்கப் பட்டிருந்தது. கலியன், தண்ணீரை நிரவப்பட்ட தரையில் தெளித்தான். குமரனும், சீனுவும் முக்கோண வண்ணத்தாள்களை சணலில் ஒட்டத் தொங்கினார்கள். இரண்டு பக்கமும் ஊன்றப்பட்டிருந்த நுணா கழிகளை இணைத்து வண்ணத்தாள் சணல் கொடியைக் கட்டியதும் அந்த இடத்துக்கு ஒரு திருவிழா

களை வந்து விட்டதாக மாரி சொன்னான். சுருள் வண்ணத் தாள்களை ஆங்காங்கே மரங்களில் நானும், தம்பியும் ஒட்டினோம் மரங்களுக்கு திடீரென்று சிறகு முளைத்ததைப்போல அவை படபடத்துப் பறந்துகொண்டிருந்தன.

சற்று நேரத்திற்கெல்லாம் மண்டிக்கொல்லையில் நெல் மண்டியைக் காவல் காக்கும் கோமன் அங்கு வந்தான். பளிங்கு போல மின்னும் வழுக்கைத் தலையைத் தடவியபடியே வெற்றிலை பாக்கு எச்சிலை 'பொளிச்' என கபடி விளையாட செதுக்கிய இடத்தில் துப்பினான். கலியனுக்கும் மாரிக்கும் ஆத்திரம் நெற்றிப் பொட்டில் துடித்தது, மூக்கின் நுனியில் இருந்த கோபத்தை கலியன் துண்டால் துடைத்துத் தணித்துக் கொண்டான்.

"யாரக் கேட்டுடா இங்க மம்புட்டி போட்டு செத்துனீங்க? வரப்பு ஓரத்துல தேக்கங்கன்னு போட்ருக்குன்னு தெரியிலியா?. என்னாடா கூத்துக் கட்டி அடிக்கிறீங்க?"

என்று சொல்லியபடி கொடிக்கயிறை அவிழ்க்கப் போனான். அப்போதுதான் வைத்தியநாதன் பெரியப்பா மாடு ஓட்டிக்கொண்டு அந்தப் பக்கமாக வந்தார்.

"டேய் ஆனையன் மொவனே சின்னப்புள்ளைங்க வெளையாடுற எடத்துல என்னடா பிரச்சன பண்ணிகிட்டு இருக்க?.. பயலுவோ நல்லா வெளையாடட்டும் போடா அந்தாண்ட"

அவரது குரல் அதட்டியதும் கோமன் முகம் 'மு' வாகச்சுருங்கிப் போய் அங்கிருந்து சென்றான். நாங்கள் பார்வையால் புன்னகைத்து வைத்தி பெரியப்பாவுக்கு நன்றி சொன்னோம்.

"நல்லா வேர்வ ஆறா ஊத்துற மாதிரி வெளையாடுங்கடா புள்ளைங்களா" என்று சொல்லிவிட்டு அங்கிருந்து சென்றார் பெரியப்பா.

திடீரென அப்போது "புதிய வானம் புதிய பூமி எங்கும் பனிமழை பொழிகிறது" என்று பாடல் காற்றில் பறந்து வந்தது.

"டேய் திரவியம் வந்துட்டான் ஓடியாங்கடோய்" என்றான் கலியன். நாங்கள் அவன் பின்னால் பனிமழையில் நனைந்தபடியே ஓட ஆரம்பித்தோம்.

திரவியம் ரேடியோ சர்வீஸ் வைத்திருப்பவர். அவரது டேப்ரெக்கார்டரையும், ஸ்பீக்கர்களையும் பார்த்துக் கொண்டே அதீத ஒலியில் செவிகள் அதிர பாடல்கள் கேட்பது எங்களுக்கு எந்தச் சாதாரண நாளையும் திருநாளாக்கிவிடும்.

திரவியம் தனது ஆம்பிளிஃபயர், டேப் ரெக்கார்டர் சகிதம் கேஸட்டுகளை அடுக்கி வைத்திருந்தான். எம்ஜிஆர் பாடல்கள், சிவாஜி தத்துவ பாடல்கள், அம்மன் பாடல்கள், சீர்காழி கோவிந்தராஜன் பாடல்கள், நாதஸ்வர மேளக் கச்சேரி, என கேஸட்டுகளின் மீது என் கண்கள் சில நொடிகளில் பந்து போல பட்டெழும்பி திரும்பி வந்தது. சற்று நேரத்திற்கு முன்பு மின்கம்பத்தில் அவன் கட்டியிருந்த குழாய் ஸ்பீக்கர்கள் ரெட்டை ஜடை மீது சொறுகி வைக்கப்பட்டிருக்கும் ரோஜாக்களை நினைவுபடுத்தும் விதமாக திசைக்கொரு தெருவாகப் பார்த்துப் பாடிக்கொண்டிருந்தது.

“நல்லவர் எல்லாம் நலம் பெறுவார் என்ற நம்பிக்கை பிறக்கின்றது...”

எங்கள் ஊரின் தீவிர எம்ஜிஆர் ரசிகரான சின்னப்பிள்ளை, பச்சை நிற சால்வை விரிக்கப்பட்ட நாற்காலியின் மீது எம்ஜிஆரின் புகைப்படத்தை வைத்து அதன் எதிரில் ஊதுவத்திகள் சொறுகிய வாழைப்பழம் இரண்டையும் வைத்து.

“இன்று நம் புரட்சித்தலைவர் பிறந்தநாள்.. வாழ்க பொன்மனச்செம்மல்”

என்று புகைப்படத்தின் முன் நெஞ்சை நிமிர்த்தி சல்யூட் அடித்தார். அப்போது ஒரு கணம் திரவியம் ஒலியை கீழே இறக்கி மேலே உயர்த்தினார்.

நாங்கள் சின்னப்பிள்ளை மிட்டாய் ஏதாவது கொடுப்பார் என்று நாக்கில் எச்சில் ஊற அவரையேப் பார்த்துக்கொண்டு நின்றிருந்தோம். சற்று நேரத்திற்கெல்லாம் தான் வைத்திருந்த மஞ்சள் பையிலிருந்து அங்கு நின்றிருந்த எல்லோருக்கும் “மஹா லேக்டோ” சாக்லேட்டுகளைக் கொடுத்தார். தெருவில் போவோர் வருவோர், வாசலில் நின்றிருந்த பெண்கள் எனக் கூட்டம் அந்தக் கணத்தில் எம்ஜிஆராக மாறியிருந்த சின்னப் பிள்ளையை மொய்த்திருந்தது.

கிட்டிப்புள் விளையாடத் தொடங்கினோம், சுந்தரம் அணியினர்தான் முதலில் கிந்தினார்கள். நாங்கள் புள்ளைப் பிடிப்பதற்காக நின்றுகொண்டிருந்தோம். குமணன் கிந்தியது நின்றிருந்த ஏழு பேரையும் தாண்டிப் போய் விழுந்தது. எத்தனை தூரத்திலிருந்தும் புள்ளை எறிந்து அவுட் ஆக்கக் கூடிய குளஞ்சி அண்ணனே அன்று பத்து கிட்டி அளக்கும் அளவிற்கு தள்ளியே எறிய முடிந்தது. குமணன் கில்லி போட்டு அடிக்க ஆரம்பித்தான். பூவரச மரக்கட்டைகள் ஒன்றோடொன்று பட்டு எழும் சத்தம், நாக்கால் மேலன்னத்தை தொட்டு உண்டாகும் 'டொக்' ஒலி போல ஒருவித கிளர்ச்சியை உண்டாக்கியது. அடித்தவுடன் காற்றில் பறக்கும் புள்ளைப் பிடிக்க நினைக்கும் யாருக்குமே தானும் அப்படி கில்லி போட்டு அடிக்க வேண்டுமென்ற எண்ணம் தோன்றிக்கொண்டே இருக்கும். சுந்தரம் அணியினர் கிட்டிப்புள்ளில் வெற்றி பெற்று எங்கள் அணியினர் கீ எடுத்து ஓடத்தொடங்கினோம். ஒவ்வொருவராக மன்மதன் கோவிலிலிருந்து முருகன் கோவிலை நோக்கி மூச்சிரைக்க ஓடிக்கொண்டிருந்தோம். அப்போது ஆரன் சத்தத்துடன் ஆட்டோ எங்களைத் தாண்டி போனதும் உள்ளேக் கேட்ட அம்மாவின் அழுகைச் சத்தம் எங்கள் எல்லோரையும் பிடித்து நிறுத்தியது.

நான் ஆட்டோவைப் பின்தொடர்ந்து ஓடினேன். அம்மா அழுதுகொண்டே இருக்க, பக்கத்து வீட்டுக்காரரும், எதிர்வீட்டு மாமாவும் வாசலில் கிடந்த விசுபலகைகளை எடுத்து நடு வீட்டில் போட்டார்கள். ஆச்சியை அதில் கிடத்தி வைத்தார்கள். ஆழ்ந்த உறக்கத்தில் இருந்த ஆச்சியைப் பார்த்ததும் வயிற்றுக்குள் வெந்நீர் ஊற்றியதைப் போலிருந்தது. சட்டென காய்ச்சல் பரவுவதைப்போல உடலெங்கும் அனலெழுந்தது. அக்கம் பக்கத்துவீட்டு பெண்களெல்லாம் உயர்ந்த குரலில் அழத்தொடங்கினார்கள். அவர்கள் எழுப்பிய அழுகைச் சத்தம் கிழக்கே ஐயனார் கோவிலில் பட்டுத் தெறித்து ஊர் முழுக்க எதிரொலித்தது. ஆச்சியைப் பார்த்து எனக்கு ஏனோ அழுகையே வரவில்லை..ஒருவர் ஒரு வெள்ளை வேட்டியைக் கிழித்து சிறுசிறு துண்டுகளாக்கி ஆச்சியின் இரண்டு கால் பெருவிரல்களையும் சேர்த்துக் கட்டினார். வெற்றிலை, சீவல்

தாம்பூலத்தை வாயில் வைத்து வாயையும் கட்டினார்கள். பின் நெற்றியில் சந்தனம் பதித்து அதில் ஒரு ரூபாய் நாணயத்தைப் பதித்தார்கள். தலைமாட்டில் மரக்காலில் நெல் வைத்து விளக்கு ஏற்றப்பட்டது, ஒருவர் இரண்டு இளநீரை சீவி இருபுறமும் வைத்தார்கள். அப்பா வந்து கிடத்தப்பட்டிருக்கும் தன் அம்மாவின் முகத்தையே உற்றுப் பார்த்தார். வெள்ளைத்துணியால் கட்டுப்போட்டிருந்த ஆச்சியின் இரண்டு காலையும் பிடித்துக் கொண்டு அப்பா அப்படியே பெஞ்சு ஓரத்தில் அமர்ந்தார். அவர் கன்னத்திலிருந்து கண்ணீர் கோடு கிழித்ததுபோல ஓடிக்கொண்டிருந்தது. இதுநாள் வரைக்கும் அப்பா அழுது பார்க்காத எனக்கு அப்பா அழ அழ.. ஓடிப்போய் அப்பாவைக் கட்டிக்கொண்டு அழ வேண்டும்போலத் தோன்றியது. என் அம்மா இறந்துவிட்டாலும் இப்படித்தான் நானும் அழுவேனோ என்ற எண்ணம் தோன்றிக்கொண்டே இருந்தது.. என் அம்மாவுக்கெல்லாம் சாவு வராது. எதற்கு இப்படி யோசிக்கிறேன். என் அப்பா மௌனமாக அழுகிறார். அம்மா நெஞ்சில் அடித்துக்கொண்டு பக்கத்து வீட்டுப்பெண்களைக் கட்டிக்கொண்டு அழுகிறாள். இந்நேரம் ஆச்சி மரணிக்காமல் இருந்திருந்தால் கபடி ஆடிக்கொண்டு இருந்திருப்போம். ரைடு போகவும் மூச்சடக்கவும் தினமும் பள்ளி முடிந்து வந்த மாலை வேளையில் பெரியகுளம் களத்துமேடு எனப் பயிற்சி செய்திருந்தேன். குளத்தில் குளிக்கச் செல்லும்போது சற்று கூடுதலான நேரம் குளத்தில் மூச்சடக்க வேண்டும்.

தெருக்காரர்களில் சிலர் எங்கள் கொல்லையில் மூங்கில் கழிகளை வெட்டத்தொடங்கினார்கள். என் வயதொத்த நண்பர்கள் விசுபலகைகளிலும், நாற்காலிகளிலும் நிறைந்திருந்தார்கள். சற்று முன்னர் எதிரெதிர் அணித்தலைவர்களாக கிட்டிப்புள் ஆடிய குளஞ்சி அண்ணனும், சுந்தரம் அண்ணனும் பக்கத்துப் பக்கத்தில் நின்று கீற்றைச் சொறுகி பந்தல் போட்டுக் கொண்டிருந்தார்கள். கலியனும் மாரியும் கபடி விளையாடும் இடத்தை சுத்தப்படுத்தியது போலவே எங்கள் வீட்டு வாசலைச் சுற்றிப் படர்ந்திருந்த புற்களை ஆளுக்கொரு மண்வெட்டியால் செதுக்கி சுத்தம் செய்துகொண்டிருந்தார்கள். காணும் பொங்கலான இன்று விளையாட முடியாமல் போனது ஒருபுறம் வருத்தமாக இருந்தாலும், இன்னொரு

புறம் விளையாடுபவர்கள் எல்லோரும் எங்கள் வீட்டில்தான் இருக்கிறார்கள் என்பது ஆறுதலாக இருந்தது.

நேரம் ஆக ஆக ஊர்க்காரர்களும், உறவினர்களும் கூடிக்கொண்டே இருந்தார்கள். பாட்டிக்கு விழுந்த மாலைகளை வாசலில் அடுக்கி வைத்தார்கள் சற்று நேரத்தில் அந்த இடம் ஒரு மலர்க்குன்றென மாறிப்போனது.

ஆட்டோக்களிலும், பைக்கிலும் உறவினர்கள் வந்து இறங்கிக் கொண்டேயிருந்தார்கள், ஒரு கார் கூட இன்னும் வரவில்லை என்பது ஏக்கமாக இருந்தது. ரோட்டுத் தெருவில் ஒரு வீட்டுச் சாவுக்கு ஏழு கார்கள் வந்திருந்ததை பள்ளிக்கூடம் போகும்போது நானும் ஆனந்தும் எண்ணியிருக்கிறோம். அட அதோ ஒரு வெள்ளைக் கார் வருகிறது. கும்பகோணம் பெரியப்பாவும் பெரியம்மாவும் வருகிறார்கள். பெரியப்பா வந்த காரின் முன் ஒரு கொடி காற்றில் ஆடிக்கொண்டிருந்தது. காலையில் நாங்கள் மரத்தில் கட்டியிருந்த வண்ணக் காகிதங்கள் தற்போது தனியாக மண்டிக்கொல்லையில் காற்றடித்து இதே போல துடித்துக்கொண்டிருக்கும். இதோ இன்னொரு கார் வந்துவிட்டது நீல நிறத்தில் பளபளவென்று புத்தம் புதிதாக இருந்தது. அது வந்து நின்றதும் அதிலிருந்து இறங்கியவர்களை அமர்ந்திருந்த எல்லோருமே திரும்பிப் பார்த்தார்கள். தூசு படிந்திருக்கும் கண்ணாடியில் பெயர் எழுதலாமென்று ஆர்வத்துடன் சென்று பார்த்தோம். கண்ணாடி பளீரென இருந்ததால் ஏமாற்றமாக இருந்தது.

ஒட்டுமொத்த பனம்பள்ளி கிராமமும் திரண்டு, எங்கள் வீட்டு உள்ளும் புறமும் நிறைந்து வழிந்துகொண்டிருந்தது.

யாருமற்று தனித்துக் கிடந்த தெருவில் இரண்டு மஞ்சள் சிட்டுக்குருவிகள் துள்ளி விளையாடிக்கொண்டிருந்தன. பேனா முள் போன்ற அலகால் ஒருமுறை நிலத்தைக் கொத்துவதும் மறுமுறை கூட்டமாக இருக்கும் எங்கள் வீட்டு வாசலைப் பார்ப்பதுமாக இருக்கும். மனிதர்கள் கூட்டமாக இருக்கும் இடத்தில் பறவைகள் விளையாடி இதுவரை நான் பார்த்ததில்லை. மனிதர்களைப் பற்றி குருவிக்கு நன்றாகத் தெரிந்திருக்கும்.

செந்தில் ஜெகன்நாதன்

திடீரென லாரியிலிருந்து ஜல்லிகொட்டுவது போல சத்தம் கேட்டு வாசல் பக்கம் நின்றிருந்த எல்லோரும் திரும்பிப் பார்த்தோம். முருகன் கோவிலின் முகப்பில் இருந்த சுற்றுச்சுவர், மரம் முறிந்து வீழ்வதைப்போல வீழ்ந்தது. அழுது கொண்டிருந்தவர்கள், வெளியில் நின்றிருந்தவர்கள் என எல்லோர் வாயிலிருந்தும் சில வார்த்தைகள் ஒன்றுபோல,மந்திரமென திரும்பத் திரும்ப உச்சரிக்கப்பட்டுக் கொண்டிருந்தன..

"நல்ல வேளை.. யாரும் அங்க இல்ல.."

"புள்ளைங்க அங்க இருந்திருந்தா என்ன ஆயிருக்கும்"

எனக்குத் தொண்டை அடைத்தது, உதடுகள் துடித்தன, எனக்கு உடனே ஆச்சியைப் பார்க்க வேண்டும் என்று தோன்றியது.. வெளியிலிருந்த கூட்டத்தை விலக்கிக்கொண்டு வீட்டுக்குள் ஓடினேன்.

போகன்வில்லா

சருகுகளின் மீது ஆட்டுக்குட்டிகள் ஓடுவதைப்போல அலுவலகக் கணிணிகளில் தட்டச்சு செய்யும் ஒலிக்கு இடையில் என் போன் அடித்தது. எடுத்துப் பார்த்தேன். யாமினியிடமிருந்து அழைப்பு. அவளது எண்ணிலிருந்து கடைசியாக அழைப்பு வந்து கிட்டத்தட்ட நான்கு மாதம் ஆகிறது.

"சின்னா... அம்மாக்கு ரொம்ப உடம்பு சரியில்ல. ரத்த ரத்தமா வாமிட் பண்ணிட்டாங்க.. ரொம்ப பயம்மா இருக்கு.. அம்மா உங்களுக்கு ஃபோன் பண்ண சொன்னாங்க.. கொஞ்சம் லீனா ஹாஸ்பிட்டலுக்கு வர்றீங்களா?"

"ஆ.. ஆங்..... ம்ம்.. தோ.. வர்றேன்.."

யாமினியின் மகன் விச்சுதான் போன் செய்திருந்தான் தீனமான குரலில் வார்த்தைகள் உடைந்து உடைந்து வந்தன. போனை வைத்ததும் குளிரூட்டப்பட்ட அறையில் நான் நிலையிழந்து உடல் படபடப்படைந்தேன், உதடுகள் துடித்தன. வார்த்தைகள் எதுவுமற்று அப்படியே உறைந்து அமர்ந்திருந்தேன்.

என் ஆன்மா எனக்கு முன் ஓட்டமெடுத்து மூன்றாவது மாடியிலிருந்து குதித்து பைக்கை ஸ்டார்ட் செய்து கிண்டியை நோக்கி வேகமெடுத்தது.

மேலாளரிடம் நண்பரை மருத்துவமனையில் சேர்த்திருப்பதாகச் சொல்லிவிட்டு புறப்பட்டேன். நான் செல்வதற்கு முன்பே யாமினியும் விச்சுவும் கீழ்வீட்டுக்காரர்கள் உதவியுடன் மருத்துவமனைக்குச் சென்றிருந்தார்கள்.

விச்சுவுக்கு போன் செய்துவிட்டு ஓடிப்போய் பார்க்கும் போது அவன் ஸ்கேன் அறை வாசலில் தனியே உட்கார்ந்திருந்தான். ஒன்பது வயது சிறுவனை யாருமற்ற அந்த மருத்துவமனை வராண்டாவில் ஒரு அனாதைத்தனத்துடன் அமர்ந்திருப்பதைப் பார்த்தபோது எனக்குப் பொங்கிக் கொண்டு வந்தது. அவனெதிரில் சென்று அவன் தோளைத் தொட்டபோது என்னை இறுக அணைத்துக் கொண்டான்.

“அம்மாவுக்கு என்ன ஆகுமோன்னு பயம்மா இருக்கு சின்னா. டாக்டர்ஸ் ஏதேதோ சொல்றாங்க.. அம்மா ரொம்ப அழுதுட்டாங்க”

தேம்பிய அவன் கன்னங்களில் வழிந்த கண்ணீரைத் துடைத்து ஆசுவாசப் படுத்தி அமர வைத்தேன். முகம் வதங்கிப் போயிருந்தது, கண்கள் சொறுக இருந்தவனைப் பார்த்தபோதே பசியோடு இருக்கிறான் என்பது தெரிந்தது. அருகிலிருந்த கேண்டீனில் டீயும், சமோசாவும் வாங்கிக் கொடுத்தேன் கடகடவென அவன் அவற்றை சாப்பிட்டு முடித்தபோது காலையிலிருந்தே வெறும் வயிறோடு இருந்திருக்கிறான் என்பதை உணர முடிந்தது.

சற்று நேரத்திற்கெல்லாம் ஸ்கேன் முடிந்த மருத்துவமனை உடையோடு வெளியே வந்தாள் யாமினி. உலர்ந்த உதடுகளில் வலிந்து சிரிப்பை வரவழைத்து

“தேங்க்ஸ்” என்றாள்.

“என்ன சொன்னாங்க டாக்டர்?”

“லங்க்ஸ்க்கு பக்கத்துல சின்னதா ஒரு லீஷன் இருக்குது. லங்க் கேன்ஸரா இருக்கும்னு சொல்றாங்க”

அவள் சொன்னதுமே எனக்கு தலையில் கனமாக எதையோ கொண்டு அடித்ததைப் போலிருந்தது. வழக்கமான அவளது கேலிப்பேச்சாக இருக்க வேண்டுமென மனம் வேண்டிக்கொண்டது. ஆனால் மருத்துவமனையில் அடுத்தடுத்து நிகழ்ந்த டாக்டர்களின் சந்திப்புகள் முகத்தில் அச்சத்தைப் படரச் செய்தது. கேன்ஸராக இருக்குமென்றே எல்லா டாக்டர்களும் சந்தேகித்து அடுத்தடுத்த சோதனைகளுக்கு பரிந்துரைத்தார்கள்.

‘புகை பிடிக்கும் பழக்கமுண்டா? புகையிலை, மது அருந்தும் பழக்கம் உள்ளதா?’

என்ற மருத்துவர்களின் கேள்விக்கெல்லாம் அவள் “அக்கேஷனலி” என்ற பதிலையே கூறினாள்.

மருத்துவமனையில் யாமினிக்குத் தெரிந்த மருத்துவர் ஒருவர் இருந்தமையால் சேர்க்கையில் எந்தச் சிக்கலுமின்றி ஒரு நல்ல அறை கிடைத்தது. நான் யாமினியின் வீட்டிற்குச் சென்றேன். நாற்காலி முழுவதும் குவிக்கப்பட்ட துவைத்த துணிகள், ஹாலில் புத்தகங்கள், டீ குடித்த கிளாஸ்கள், விச்சுவின் விளையாட்டுப் பொருட்கள் என வீடே சிதறிக்கிடந்தது

உடைகளும், பிளாஸ்க் உள்ளிட்ட தேவையான பொருட்களை எடுத்துக் கொண்டு, இரவு உணவு வாங்கித் திரும்பும்போது விச்சு நன்றாக உறங்கியிருந்தான். வெறுமனே இமைமூடிக்கிடந்த யாமினி என் அசைவு கேட்டதும் என்னை அருகில் அழைத்தாள். என் கையை எடுத்து அவள் கரத்தின் மீது வைத்துக் கொண்டாள். பின் என் காலரை இழுத்து நெற்றியில் முத்தமிட்டாள்

“ஸாரி சின்னா. ஐயம் எக்ஸ்ட்ரீம்லி ஸாரி.”

நான் அவள் கரங்களை இறுகப் பிடித்துக் கொண்டேன்.

“பொறக்கும்போதே போகறதுக்கு டிக்கெட்டோட தானே வந்திருக்கோம்.”

“எதுக்கு இந்தப் பேச்செல்லாம்?”

அவள் என் கையை இன்னும் அழுத்தமாக பற்றிக்கொண்டாள்.

“எனக்கு மண்டய போடுறதுக்கெல்லாம் பயமில்ல சின்னா. விச்சுவ நினச்சாதான் கஷ்டமா இருக்கு”

அவள் இப்படிச் சொன்னதும் உள்ளுக்குள் அவள் மீதிருந்த கோபங்கள் யாவும் நொறுங்கி உதிர்ந்தன. சாப்பாடு பொட்டலத்தைப் பிரித்து அவளுக்கு இட்லியை ஊட்டி விட்டேன். அவள் விழிகள் உடைந்து நீர் கொட்டியது.

யாமினி, எங்கள் அலுவலகத்திற்கு ஆங்கில மொழிப் பயிற்றுனராக வந்த பயிற்சி காலத்திலேயே அலுவலகத்தில் என்னோடு பணிக்குச் சேர்ந்த புதிய பணியாளர்கள் பலரையும் வசீகரித்திருந்தாள். நாங்கள் ஆங்கிலத்தில் எந்த வார்த்தையை உச்சரித்தாலும் அதை திருத்தம் செய்து அதன் சரியான உச்சரிப்பைச் கற்றுத்தருவாள். அலுவலகத்தில் உள்ள ஆண்கள் அவள் சிரிக்கும்போது கன்னக்குழியில் விழுந்துவிடுவார்கள். ”பழங்களால செய்த சிலை போல இருக்காய்யா” என்று நண்பர்கள் அவளைச் சொல்வார்கள். அவள் அணிந்திருக்கும் ஆடைகளின் மூலமாகவே அன்றைய ஃபேஷன் உலகின் ட்ரெண்ட் எதுவென்பதை நாங்கள் அறிந்துகொண்டோம். அவள் அலுவலகத்தில் எங்கள் பணிப்பகுதிக்கு வரப்போவதை அவளது வாசனைத் திரவியம் முன்னறிவிப்புச் செய்யும்.

ஒருமுறை அலுவலகத்தில் நடந்த பண்டிகை நாள் கொண்டாட்டமொன்றில் ‘உள்ளம் இறங்கி வந்தருள் புரிவாயே’ என்ற கீர்த்தனையை மிகுந்த உணர்வுபூர்வமாகவும், நேர்த்தியாகவும் பாடினாள். அடுத்த ஒருவாரத்திற்கு அந்தப் பாடலை அலுவலகத்தில் பலரும் முனுமுனுத்துக்கொண் டிருந்தார்கள். பணிக்குச் சேர்ந்திருந்த வெளிமாநிலத்தைச் சேர்ந்தவர்களிடம் அவரவர் மொழியில் திருத்தமாக பேசுவாள். அது அவர்களுக்கு அவள் மீது கூடுதல் நெருக்கத்தை அளித்து அவர்களின் தனிப்பட்ட பிரச்சினைகளைக்கூட அவளிடம் பகிர்ந்துகொள்வார்கள்.

மேலாளர் உள்ளிட்ட எங்கள் அணியிலிருந்த அத்தனை ஆண்களும் அவளோடு பேச சந்தர்ப்பங்களை உருவாக்குவதும்,

கிடைத்த உரையாடலை அடுத்த கட்டத்திற்கு நகர்த்தவும் முயற்சித்தார்கள். இன்ஸ்டாகிராமிலும், ஃபேஸ்புக்கிலும் அவளுடன் தனிப்பட்டுப் பேச அவளை விடாது 'பின் தொடர்ந்தார்கள்'. நான் ஒருவன் மட்டும் அவளோடு எதற்காகவும் சென்று பேசுவதில்லை. எந்த சமூக வலைதளங்களிலும் அவளைப் பின் தொடராமல் இருந்தேன். அவள் பார்க்கும்போது பார்க்காமல் இருப்பது என்றிருந்தேன். அவளுக்கு என் மீது தானே ஒரு கவனம் உருவாகி வரவேண்டும் என்ற எண்ணம் எனக்குள் திண்ணமாக இருந்தது. ஆனால் அவளோ எனக்குள் நோய் எதிர்ப்பு சக்தி இல்லாதவனிடம் தொற்றிக்கொள்ளும் நுண்கிருமியைப் போல பரவிக் கொண்டே இருந்தாள்.

ஒருநாள் அலுவலகத்தில் "சின்னா" என்று யாரோ அழைக்கும் குரல் கேட்டு திரும்பிப் பார்த்தேன். யாமினி என் இருக்கைக்கு முன் நின்றிருந்தாள். வழக்கமாக அலுவலகத்தில் என்னை எல்லோரும் சின்னராஜா என்று முழுப்பெயர் சொல்லித்தான் அழைப்பார்கள். அந்த நொடியிலிருந்து அவளிடம் பேசுவதற்கு இருந்த தடைகளெல்லாம் உடைந்து பேசத் தொடங்கினேன். நாளடைவில் ஒத்த ரசனை, பரஸ்பர அக்கறை என அது துளிர்த்து கிளை விட்டது. சமூக வலைதளங்களில் இருந்த அவளது அத்தனை புகைப்படங்களுக்கும் இதயக்குறிகளை அள்ளி இரைத்தேன்.

அதற்குப்பிறகு யார் என்னுடைய முழுப்பெயரில் அழைத்தாலும் அவர்கள் என்மீது கோபத்திலோ, விலக்கத்திலோ இருப்பார்களாக்கும் என்று எண்ணத் தொடங்கிவிட்டேன்.

நம் பெயரைச் சுருக்கி செல்லமாக அழைப்பவர்கள் நமக்கும் செல்லமாகிவிடுகிறார்கள் என்று நான் நினைத்து மகிழ்ந்திருந்த ஒரு கணத்தில் எல்லோரும் தன் பெயரைச் சுருக்கி அழைப்பதால் நான் அவளை யாமினி தேவி என்ற அவளின் முழுப்பெயரோடு அழைக்க வேண்டுமெனச் சொன்னது எனக்கு ஏமாற்றமாக இருந்தது. (ஆனால் மறைந்த அவளது தந்தை அவளை முழுப்பெயர் சொல்லிக் கூப்பிடுவதை ஞாபகப்படுத்திக் கொள்ளவே தன்னை அப்படி அழைக்கச் சொன்னதாகப் பின்னொரு தருணத்தில் கூறினாள்)

ஓர் அந்தியில் நானும் அவளும் காபியுடன் அமர்ந்திருந்தோம். எனக்கு அவள் மீதிருக்கும் விருப்பத்தை வெளிப்படுத்திவிடத் துள்ளியது மனம். ஆனால் மூளை வார்த்தைகளைப் பிடித்து வைத்துக்கொண்டது. உடைந்து உடைந்து சொற்கள் காற்றாக வெளிவந்தன.

"சின்னா... உன்கிட்ட ரொம்ப நாளா ஒன்னு சொல்லனும்னு நினச்சிருந்தேன்."

அவள் அப்படிக் கூறியதும் ஆர்வம் அதிகமாகியது காது மடல்களில் வெப்பம் பரவியது. ஆர்வத்தைப் புன்னகையாக மாற்ற கஷ்டப்பட்டேன்.

"சொல்லு யாமினி..."

"எனக்கு டிவோர்ஸ் ஆயிடுச்சுன்னு உனக்கு தெரியும்னு நினைக்கிறேன். ஐயம் அ சிங்கிள் மதர்! என் பையன் மட்டும்தான் நான் லைஃப்ல நம்புற ஒரே ஆம்பள..."

"ம்"

அதுக்கப்புறம் உன்கூட பேசும்போது ஒரு குட் ஃபீல் இருக்கு"

"ம்ம்..."

"ஆஃபீஸ்ல நெறய ப்ரபோஸல்ஸ், அப்ரோச்சஸ் வந்துட்டே இருக்கு. இயல்பா பேசினாலே டேக்கென் ஃபார் கிராண்ட்டடா எடுத்துக்குறாங்க. பட் யூ ஆர் யூனீக் அண்ட் ஜெண்ட்டில். தேங்க் யூ"

அவள் என்னைப் பற்றிச் சொன்ன புகழ்மொழிகளை ஏற்றுக்கொள்வதைப் போல நடுவாந்திரமாக ஒரு புன்னகையை உதிர்த்தேன்.

"ஆல்வேஸ் ஐ வில் பி யுவர் குட் ஃப்ரண்ட்" என்ற வார்த்தைகள் உள்நாக்கிலேயே அடைத்துக் கொண்டது. வார்த்தைகளை வெளியே விடாமல் தலையை மட்டும் அசைத்து வைத்தேன்.

மொபைலிலிருந்து முகப்புப் படமாக வைத்திருந்த விச்சுவின் புகைப் படத்தை காண்பித்தாள். அவன் பார்க்க அப்படியே அவளின் சிறுவயது ஆண் வடிவமாக இருந்தான்.

அவளுக்கு விவாகரத்தானதோ, குழந்தையிருப்பதோ, அவள் என்னைவிடவும் ஐந்து வயது மூத்தவள் என்பதோ எந்தக் காரணமும் அவள் மீதான ஆர்வத்தை எனக்குத் துளியும் குறைக்கவில்லை. மாறாக அவளை மேலும் நெருக்கமாகவே உணர ஆரம்பித்தேன். அலுவலகத்தில் மற்றவர் முன்னிலையில் அதிகமாக அவளோடு பேசினேன். அவளுக்கு நான் இருக்கிறேன் என்பதை மறைமுகமாக எதாவது ஒரு வகையில் மற்றவர்களுக்குத் தெரிவித்துக் கொண்டேயிருந்தேன்.

என்ன சொன்னாலும் ஒட்டாரம் பிடிக்கும் பிள்ளையென தவித்த என் மனதை யாமினியிடம் வெளிப்படுத்த சந்தர்ப்பம் எதிர்நோக்கிக் காத்திருந்தேன். அப்படியொரு நாளில்தான் அவளது இருக்கைக்கருகே அமர்ந்திருந்த அவனைப் பார்த்தேன். சிவந்த உருவமும், முகத்தை பாதி மறைத்த தாடியுமாக இருந்தவனின் நெற்றியில் குளிர் கண்ணாடி அமர்ந்திருந்தது. காதில் கடுக்கன்களும், கிருதாவில் கீறல்களும் செதுக்கிய புருவங்களுமாக விளம்பர மாடலைப் போல இருந்தான்.

அண்ணனாகவோ, தம்பியாகவோ இருக்கலாம். அல்லது நண்பன்? நெருங்கிய நண்பன் என்றால் என்னிடம் நிச்சயமாக சொல்லியிருப்பாளே.

எப்போதும் சொல்லிவிட்டு அலுவலகத்திலிருந்து புறப்படும்போது அருகில் வந்து டாட்டா சொல்லி விடைபெற்றுச் செல்பவள் இன்று எதுவும் சொல்லவில்லை.

அலுவலகம் முடிந்து பார்க்கிங் இடத்திற்கு நான் என் பைக்கை எடுக்க வரும்போது வாகனங்கள் வெளியேறும் வழியில் அவர்கள் இருவரும் நின்றிருந்தார்கள். அவன் உடல் மொழியிலிருந்து யாமினியுடன் கடுமையான வாக்குவாதத்தில் ஈடுபட்டிருந்ததைப் பார்த்தேன். அவர்கள் அங்கிருந்த தூணுக்கு மறைவில் இருந்ததால் என்னை அவர்கள் பார்க்கவில்லை. நான் பைக்கை நிறுத்திவிட்டுக் குனிந்து போனைப் எடுப்பது போல

அங்கே பார்க்க அவன் அவளை கெட்ட வார்த்தைகளால் திட்டிக்கொண்டிருந்தான். அவள் அது பொறுக்க முடியாமல் உரக்கக் கத்த அவன் ‘பளாரென’ அவளை அறைந்துவிட்டு பைக்கை முறுக்கிக்கொண்டு சென்றுவிட்டான். அவள் விழுவது போல தடுமாறியவள் சட்டென நிலையிழந்து கன்னத்தைப் பிடித்துக்கொண்டு அப்படியே உறைந்து உட்கார்ந்துவிட்டாள்.

‘யார் இவன் அவளை அடிக்கும் அளவிற்கு? அதுவும் இத்தனை உரிமையாக.!

நான் பார்த்துவிட்டதை அவளறியக்கூடாது என்பதனால் வண்டியை அப்படியே ஓரம்கட்டிவிட்டு எதேச்சையாக அந்த இடத்தைக் கடப்பதுபோல அங்கே சென்றேன். முட்டியில் முகம் புதைத்து விசும்பியழுது கொண்டிருந்தாள். மெல்ல அருகில் சென்றேன். காலடிச் சத்தம் கேட்டு அவள் தலையைத் தூக்கிப் பார்த்தாள்.

“என்னாச்சு..?”

முகத்திலும், மூக்கிலும் வடிந்த நீரை கைக்குட்டையால் துடைத்துக்கொண்டே

“என்ன கிண்டியில ட்ராப் பண்ண முடியுமா?” என்றாள்.

அவள் கேட்டதும் முகத்தில் பரவிய உற்சாகச் சுடரை அவள் பார்த்துவிடக்கூடாதென உடனே அணைத்தேன்.

பாதி தூரம் சென்றுகொண்டிருக்கும்போது அவள் என் தோளைத் தட்டி

“இங்க பக்கத்துல ஒரு பார் இருக்கு போலாம்” என்றாள்.

பீத்தோவனின் இசை பின்னணியில் ஒலிக்க அவள் தொண்டையில் மது இறங்கியது.

அவள் என்னிடம் கிளாஸ் எடுத்து தர நான் வண்டி ஓட்ட வேண்டுமென்ற காரணத்தைச் சொல்லி மது அருந்தாமல் இருந்தேன்.

அவன் யாரென்ற விபரத்தைக் கேட்கலாமா என்று யோசித்தேன்.

“அவன் யார்னுதான யோசிக்கிற?”

சட்டென அவள் இப்படி கேட்டதும் அதிர்ச்சியாக இருந்தது.

யாமினியே வாயைத் துடைத்துக் கொண்டு பேசத் தொடங்கினாள்.

“அவன் ரத்தீஷ்... என்னோட கஸின்... நாங்க ஒன்னாதான் வளந்தோம். என்ன அவனுக்கு சின்ன வயசிலருந்தே ரொம்பப் பிடிக்கும். என்னோட டிவோர்ஸ்க்கு அப்புறம் என்ன கல்யாணம் பண்ணிக்கிறேன்னு சொன்னான். எனக்கும் அவனுக்கும் ஏஜ் டிஃபரன்ஸ். மேரேஜ் லைஃப் தந்த மோசமான எக்ஸ்பீரியன்ஸ்க்கு அப்றம் என்னால யாரையும் நம்ப முடியல”

அதன் பிறகு அவள் சொன்ன எதுவும் எனக்குள் ஏறவில்லை. அவள் சொன்னதன் சுருக்கம் இதுதான். அவனும் அவளும், அவளது விவாகரத்துக்குப் பிறகு உறவில் இருந்திருக்கிறார்கள். அவனது உடமையுணர்வும், ஆதிக்கமும் அவளைக் காயப்படுத்தியிருக்க வேண்டும், அவன் தரும் பாதுகாப்புணர்வைத் தாண்டி தன் மரியாதை சீண்டப்படும்போது அவர்களுக்குள் முரண் வெடிக்கத் தொடங்கியிருக்கவேண்டும்.

கிளாஸை காலி செய்துவிட்டு பயணத்தில் அன்னியர்களைப் பார்த்துப் புன்னகைக்கும் குழந்தையைப் போல என்னைப் பார்த்தாள். பதிலுக்கு என் முகத்தசைகள் விரிந்தது.

“என்னடா இவ அன்னைக்கு ஆம்பளைங்கள நம்ப முடியலன்னு சொன்னா... இன்னைக்கு ஒருத்தன் கூட பார்க்கிங்ல சண்ட போடுறா... நம்மள வேற பாருக்கு கூட்டிட்டு வந்திருக்கா... என்ன கேவலமானவள்ன்னு நினைக்கிறேல்ல?”

“ச்ச... ச்ச... அப்டி இல்ல..”

“ச்ச... ச்சன்னாலே அப்டி நினச்சுருக்கேன்னு அர்த்தம்”

“இல்லல்ல அப்டி இல்ல”

“அப்போ என்னப் பத்தி என்ன நினைக்கிறே?”

“பியூட்டிஃபுல் அண்ட் மிஸ்டீரியஸ்”

அவள் தரையில் நிக்கல் நாணயத்தை சுண்டிவிட்டது போல சிரித்தாள். சட்டென முகத்தை முன்னே கொண்டு வந்து புருவத்தைத் உயர்த்தி

“நோ ஐயம் பியூட்டிஃபுல் மிஸ்டீரியஸ்”

சற்று நேரம் அமைதியாக இருந்துவிட்டு

“நான் அந்த பாஸ்ட்டர்ட் ரத்தீஷ்கிட்ட லெட்ஸ் மூவ் ஆன்னு சொல்லிட்டேன். என் செல்ஃப் எஸ்ட்டீம்க்கு அவன் செட் ஆக மாட்டான்னு எனக்கு நல்லா புரிஞ்சுடுச்சு”

அவள் சொல்லச் சொல்ல எனக்கு முன்பிருந்த ஒவ்வொரு திரைகளாக விலகின. அவள் இதையெல்லாம் எனக்கு தகவலாக தெரிவிக்கிறாள் என்பது புரிந்தது. எல்லா பள்ளங்களும் நிறைந்தும் கூட எதோ ஒரு நிறைவின்மை மனதை ஆட்கொண்டது. யோசனையை கலைக்க அவளையே உற்றுப் பார்த்துக் கொண்டிருந்தேன். வியர்வை பளபளப்பில் மின்னியது அவளது முகம்.

“ரிலேஷன்ஷிப்ப ஜட்ஜ் பண்றான்னா அந்த நாயி ரிலேஷன்ஷிப்க்கே ஒர்த் இல்ல. நான் சொல்றது கரெக்டா?”

“நிச்சயமா... நிச்சயமா”

என்று நான் சொல்லியதும் சிரித்தாள். பில்லைக் கொடுத்துவிட்டுப் புறப்படத் தயாரானோம்.

“தேங்க்ஸ் சின்னூ”

சின்னா சின்னுவாக சுருங்கியதும் அவள் முகத்தை இரண்டு கைகளிலும் ஏந்தி அங்கேயே அவளை முத்தமிட வேண்டுமென வேட்கை எழுந்தது.

இரவு விஸ்வரூபம் எடுத்திருந்தது. பைக்கில் அவள் ஏறும்போதே என்னைப் பின்னால் அணைப்பதைப்போலவே ஏறினாள். அலுவலகத்திலிருந்து வரும்போது இடைவெளி விட்டு அமர்ந்திருந்தவள் இப்போது என் வயிற்றில் கைகளால் வளைத்து இறுக்கிப் பிடித்துக் கொண்டாள். சட்டென பைக் புஷ்பக விமானமாகி மேகங்களை ஊடுருவிப் பறப்பதைப்

போலிருந்தது. வாழ்க்கையின் மறக்கமுடியாத பைக் பயணத்தை ஒவ்வொரு நொடியும் நினைவில் வைத்திருக்க விரும்பினேன்.

வண்டியை நிறுத்தி அவள் வீட்டு கேட்டைத் திறந்தேன். வாசலில் பூச்செடிகள் தலையாட்டி என்னை வரவேற்றன. இரண்டடி எடுத்து வைப்பதற்குள் அவள் நிலை தடுமாறி என் மீது சாய்ந்தாள். அவளுடைய உடல் அப்போதுதான் பறித்த புதிய பஞ்சு போல மிருதுவாக இருந்தது. ஸ்லீவ் லெஸ்ஸில் கை கண்ணாடி போல வழுவழுத்தது. என் முகத்தில் யாமினியின் கூந்தல் பட்டு என் புலன்கள் அனைத்தையும் விழிப்படையச் செய்தது. அவளைத் தோளோடணைத்து மாடிப்படிகளில் ஏறி அழைப்பு மணியை அடித்தேன். வேலைக்காரப் பெண்மணி வந்து கதவு திறக்கும்போது விச்சு தூங்கியிருந்தான். யாமினியை விச்சுவின் அருகில் படுக்க வைத்தேன். அவள் மெதுவாக கண்களை மூடியதும் அவளையே பார்த்துக்கொண்டு நின்றேன். ரத்தம் பாய்கிற சிலைபோல கிடந்தாள்.

ஹாலுக்கு வந்தேன். வேலைக்காரப் பெண்மணி விடைபெற்றுக் கிளம்பினார். கடிகார முள்ளின் சப்தம் அறை நிசப்தத்தை மேலும் அதிகரித்துக் காட்டியது. சுவரில் சால்வடோர் டாலியின் 'கேர்ள் அட் தி விண்டோ' ஓவியம் என் உயரத்துக்கு மாட்டப்பட்டிருந்தது. அதை சிறிது நேரம் பார்த்துக்கொண்டிருந்துவிட்டு விளக்கை அணைத்து காலை நீட்டி சோபாவில் சரிந்தேன். வலது கையை நெற்றியில் மடக்கி வைத்து கண்களை மூடினேன். ஆடைகள் எதுவுமின்றி தண்ணீரின் ஆழத்தில் மிதக்கிறேன். நிறைந்த அமைதியைக் கிழித்து எங்கிருந்தோ வருகிறது புல்லாங்குழல் இசை. தூரத்தில் ஜன்னல் வழியே கடலைப் பார்த்துக்கொண்டு நிற்கிறாள் ஒரு பெண். அவள் அச்சு அசல் யாமினியைப் போலவே இருக்கிறாள். திரும்பி நின்றுகொண்டு என்னை அழைக்கிறாள்

'சின்னு..சின்னு'

கதவு கிரீச்சிடும் சத்தம் கேட்டு துடித்து எழுந்தேன். திடீரென தரை ஒளிர கண்கள் கூசியது அறை வெளிச்சம் ஹாலில் வந்து பொத்தென விழுந்தது. ஒரு உருவம் கதவுக்கருகில் நின்றது.

உற்று கவனித்தேன். யாமினி ஆடை மாற்றியிருந்தாள். ஒரு கால் சட்டையும், வயிறு பகுதி முழுதாகத் தெரியும் ஒரு டீ ஷர்ட்டும் அணிந்திருந்தாள். நான் எழுந்து விளக்கை போட்டேன். கதவில் சாய்ந்து நின்றவள் என்னருகில் வந்து தோள் மீது வழிந்த கூந்தலை அள்ளி சுழற்றி தலைக்கு மேல் கழுத்துத் தெரியும்படி கொண்டை போட்டு ஒரு மினி திருவிழாவை கண்முன்னே நிகழ்த்திக் காட்டினாள். சொடக்குப்போடுவதற்குள் அவளைக் கண்கள் தொட்டு மீண்டதும் நீண்ட ஓட்டத்திற்குப் பிறகு துடிப்பதைப்போல இருதயம் வேகமெடுத்துத் துடித்தது. அவளைப் பார்ப்பதைத் தவிர்க்க வேண்டுமென எவ்வளவு முயற்சித்தாலும் மனம் தோற்றுக் கொண்டே இருந்தது. என்னருகில் இருந்த மேஜையிலிருந்து தண்ணீர் பாட்டிலை எடுத்துக் குடித்தாள்.

“தூங்கலையா ?” என்று கேட்டேன்

என் அருகில் வந்து சோபாவில் அமர்ந்தாள். அவளிடமிருந்து எதோ ஒரு மலரின் மணம் வந்தது.

“பயங்கரமான கனவு” எனச் சொல்லிவிட்டு “கேன் ஐ ஹோல்ட் யுவர் ஹேண்ட்” என்றாள்.

நான் தலையாட்டினேன். என் கைகளைப் பிடித்து நெஞ்சுக்கருகில் வைத்துக்கொண்டாள். வந்த பெருமூச்சை கட்டுப்படுத்திக் கொண்டேன். மெல்லத் தோள்மீது சாய்ந்தாள், அவளது வாசனை என் நாசிக்குள் இறங்கி பித்தம் தலைக்கேறியது.

யாமினியின் கரங்கள் மலைப் பாம்பைப் போல என்னைப் பின்னிக் கொண்டன. நான் அவளை விழுங்க அனுமதித்து அவளுக்குள் அடங்கிப் போனேன்.

அன்றிலிருந்து தினமும் அலுவலகம் முடிந்து நான் யாமினியின் வீட்டிற்குச் செல்லத் தொடங்கினேன். கிட்டத்தட்ட அங்கேயே வசித்தேன். குளிப்பதும்,சமைப்பதும்,உண்பதும், உறங்குவதும் எல்லாவற்றிலும் யாமினியுடன் இருந்தேன். விச்சுவை குளிக்க வைத்து, சீருடை அணிவித்து, சாக்ஸ் மாட்டி அவனைப் பள்ளிப் பேருந்துக்கு தயார் செய்வேன்.

நாங்கள் இருவரும் தனித்தனி வாகனத்தில் அலுவலகம் செல்வோம். எங்கள் உறவை வெளியே காட்டிக்கொள்ள அவள் விரும்பவில்லை. ஒவ்வொரு நாளும் அலுவலகத்துக்குள் நுழையும் போதும் பெரும் சாதனை நிகழ்த்திய மனநிலை எனக்கு உண்டாகும். மொத்த அலுவலகமும் பேச தவிக்கும் பெண், இரவு என்னுடன் நெருக்கமாக இருந்தாள் என்பதை நினைக்கும்போது பெருமிதம் பொங்கும்.

அப்போதெல்லாம் எங்களுக்குப் போன ஜென்மத்திலேயே திருமணம் நடந்து இடையில் காணாமல் போய் மீண்டு ஒன்றிணைந்தவர்களைப் போல ஏதேதோ நினைவுகள் கொப்பளிக்கும். விச்சுவுக்கு நான் சொல்லும் டாம்சாயர் கதைகளில் நானே டாம் சாயராக மாறிப்போனேன். என் முகத்தைப் பார்த்து அவன் அடையும் மகிழ்ச்சியில் யாமினி பூரித்துப் போவாள். அப்போதெல்லாம் நான் கேட்காமல் அவளாக வலிந்து தரும் முத்தங்கள் நாட்களை நிறைத்தன.

நான் என் அறை நண்பர்களிடம் அலுவலகத்திலேயே தங்குவதாகக் கூறிவிட்டு முழுவதும் அவள் வீட்டிலேயே கழித்தேன். மாலை அலுவலகம் முடிந்து கதவைச் சாத்திவிட்டு யாமினியை அணைக்கும் தருணத்திற்காக அன்றைய அலுவல் முழுக்க யோசித்துக் கொண்டிருப்பேன். அவளுக்குப் பிடித்த விஷயங்களை மட்டுமே தேர்ந்தெடுத்துப் பேசினேன். என்னுடைய போனில் அவளுக்குப் பிடித்தப் பாடல்களையே நிறைத்தேன். கண்ணுக்கு மை தீட்டுவதிலிருந்து, கணிணியில் அவள் தட்டச்சு செய்யும் வேகம் வரை அவள் செய்யும் ஒவ்வொரு செயலிலும் இருந்த நேர்த்தியைப் புகழ்ந்தேன்.

என் அன்றாடத்தை முழுவதும் யாமினியின் நினைவு மட்டுமே ஆக்கிரமித்திருந்தது. நண்பர்களோடு தங்கியிருந்த அறையில் நான் யாரிடமும் முகம் கொடுத்து பதிலளிப்பது குறைந்து போனது. யாராவது பேசினால் அவர்கள் இரண்டாவது முறை வார்த்தையால் உலுக்கும் வரை அவர்கள் பேசியது என் மண்டைக்கு உரைக்காமல் இருந்தது. இதனால் நண்பர்கள் மத்தியில் என்னைப் பற்றிய கசப்பும் விலக்கமும் உண்டானது. எனக்கும் யாரிடமும் இயல்பாக பேசும் பொறுமை மெல்ல மெல்ல கரைந்துகொண்டே வந்தது.

அன்று விச்சு பள்ளி ஆண்டுவிழாவுக்காக வீட்டில் நடனப் பயிற்சி மேற்கொண்டிருந்தான். விச்சுவுக்கு நடன அசைவுகளை சொல்லிக் கொடுத்துக் கொண்டிருந்தாள் யாமினி. தாளம் உச்சத்துக்குச் செல்லும்போது யாமினிவும், விச்சுவும் உக்கிரமாக ஆடினர். யாமினி கையசைப்பில் என்னையும் நடனத்துக்குள் அழைத்தாள். நான் எனக்குத் தெரிந்த வகையில் கையைக் காலை அசைத்தேன். ஆனால் என்னுடைய அசைவு எதுவும் லயத்துக்கேற்ப இல்லை என்பது அவர்கள் இருவரும் நடனமாடுவதிலேயே புரிந்தது. ஆனாலும் சமாளித்து ஆடினேன். பாடல் முடிந்தவுடன் யாமினி என்னைப் பார்த்து காது வரைக்கும் வாயைப் பிளந்து சிரித்தாள்.

“நீ ஸ்கூல்ல கூட டேன்ஸ் ஆடுனதே இல்லையா சின்னா?”

“இல்ல பழக்கம் இல்ல...”

“இந்நேரம் ரத்தீஷ் இருந்திருக்கனும்... செம்மயா ஆடி கடைசியா பாட்டு முடியும்போது என்னைத் தூக்கிச் சுத்திருப்பான்..”

அந்த வார்த்தை என் முகத்தில் அடித்தது போல் இருந்தது. என் நெற்றிப் பொட்டுத் தெறித்தது.

ஒரு டவலை எடுத்து விச்சுவிடம் கொடுத்துவிட்டு. இன்னொரு டவலை எடுத்து தன் முகத்தில் ஒற்றி எடுத்தாள்.

“டெய்லி ரெண்டு பேரும் ஆடுவீங்களோ?”

அவளை பழி தீர்க்கும்படி இயல்பாக கேட்பதைப் போல நமுட்டுச் சிரிப்போடு கேட்டேன்.

அவள் வியர்வை படிந்த டீ ஷர்ட்டை தலைக்கு மேல் கழற்றி டவலை மேலே போர்த்திக்கொண்டு நிதானமாக என்னைப் பார்த்துத் திரும்பி

“நீ என்ன ஆன்ஸர் எதிர்பார்க்கிற?” என்று கேட்டாள்

“......”

எனக்கு நாக்கு மேலெழவில்லை. மேலாடை இல்லாமல் அவளைப் பார்த்ததுவுடன் அந்தக் கேள்வியைக் கேட்டிருக்க வேண்டாமோ என்று தோன்றியது.

ஆனால் அவள் தொடர்ந்தாள்..

"ஆமா.. நானும் அவனும் டெய்லியும் ஆடுவோம்!.. ஸோ வாட்?"

அவளின் பதில் என் மூக்கில் குத்தியதைப் போலிருந்தது.. நெற்றியில் வழிந்த வியர்வையைத் துடைத்துக் கொண்டேன். அந்தச் சூழலை இயல்பாக்க அவளின் உடம்பில் போர்த்தியிருந்த டவலில் முகத்தைத் துடைக்க முற்பட்டேன். விசுக்கென என்னை உதறி அவள் அங்கிருந்து சென்று குளியலறைக் கதவை பட்டென சாத்திக் கொண்டாள்.

ஒரு வாரம் அதற்குப் பிறகு என்னுடன் பேசாமல் இருந்தாள். சமாதானம் செய்வதற்காக அவளுக்கு உடை எடுத்துக் கொடுக்க நினைத்தேன். அவளுக்கு பிடித்த கடல் நீல நிறத்தில் வெள்ளைப் பூக்களிட்ட உடையை வாங்கிக் கொடுத்தேன். அவள் முகம் மலர்ந்தது.

உடையை எடுத்துக்கொண்டு அறைக்குள் சென்றவள் அறைக்குள் இருந்து கடுகடுத்த முகத்தோடு வெளியே வந்தாள்.

"என் டிரெஸ் சைஸ் என்ன சொல்லு?"

எதுவும் சொல்ல முடியாமல் அமைதியாக இருந்தேன்.

"சொல்லு.." என்று குரலுயர்த்தி கத்தினாள்

"கடையில உன் அளவுக்கு ஒரு பொண்ணு இருந்தா அதப்பாத்து வாங்கிட்டு வந்தேன்"

"எவ சைஸை பாத்து வாங்கினயோ அவளுக்கே கொடுத்துட்டு வர்ற வேண்டியதுதானே?"

"இல்ல அது வந்து.."

"என்ன... வந்து... என் கூட இவ்வளவு நாள் இருந்திருக்க? என் டிரஸ் சைஸ் என்னன்னு தெரியாதா?" என்று கேட்டாள்

எதைச் சொன்னாலும் இன்னும் மிகையாக கத்துவாள் என்று அமைதியாக இருந்தேன்.

“ரத்தீஷ் ஒரு டைம் கூட எனக்கு தப்பான சைஸ்ல எடுத்துட்டு வந்ததே கிடையாது.. அவ்ளோ ஏன் என் செப்பல் சைஸ் கூட அவனுக்குத் தெரியும்..”

“உன் புருஷனுக்கு தெரியாததாலதான் டைவர்ஸ் பண்ணிட்டியோ?”

என்று கேட்டதும் அவள் நெஞ்சைக் கிழிப்பது போல அணிந்திருந்த உடையை சரக்கென்று கிழித்தாள்.. பட்டன்கள் தெறித்து அறையில் விழுந்தன.

“பொறுக்கி நாயே” என்று அடித்தொண்டையிலிருந்து கத்தினாள். இரண்டு தோள்களிலும் முடி முன்னே விழுந்து ஆங்காராத்துடன் கத்தும் அவளைப் பார்க்கவே பயமாக இருந்தது. இதுவரை காணாத ஒருத்தியாக இருந்தாள். அவளின் சத்தத்தைக் கேட்டு விச்சு அறைக்குள் இருந்து மிரண்ட முகத்தோடு எட்டிப் பார்த்தான். அங்கே அதற்கு மேல் இருக்க முடியாமல் வெளியே சென்றேன்.

அடுத்த நாள் அலுவலகத்திற்கு வந்த போது கருப்பு டீ ஷர்ட், கருப்பு ஜீன்ஸில் முடியை குதிரை வால் போட்டுக்கொண்டு வந்தாள். மேக்கப் மற்ற நாளை விட அதிகமாக இருந்தது. இரைக்குக் காத்திருக்கும் மிருகமென அவளையே பார்த்துக்கொண்டிருந்தேன். நான் ஒவ்வொரு முறையும் அவளைப் பார்க்கும்போதும் அவள் பார்க்காமலே இருந்தாள். என் இருக்கையைக் கடக்கும்போது நான் அங்கு இருப்பதையே பொருட்படுத்தாமல் அவள் சென்றது வலியைக் கொடுத்தது.

Cafeteria வில் நான் அவள் முன் சென்று நிற்கும்போது முகத்தில் கடுப்பைக் காண்பித்து திரும்பிக்கொண்டு பக்கத்து இருக்கையில் இருந்தவனிடம் சிரித்துக்கொண்டே பேச்சுக் கொடுத்தாள். அது எனக்கு மேலும் எரிச்சலை உண்டாக்கியது. அவள் காலிலேயே நான் கிடக்க வேண்டும் என்று நினைக்கிறாள். ஒரு போதும் அப்படி என்னால் இருக்க முடியாது.

அங்கு இருக்க முடியாமல் மேனேஜரிடம் அனுமதி பெற்று அரை நாள் விடுப்பெடுத்து அறைக்குச் சென்றேன். நண்பர்களோடு கடைத்தெருவிற்குச் சென்றேன். ஜவுளிக்கடை ஒன்றில் பெண் உடைகள் அணிந்திருந்த பொம்மைகள் அவளையே நினைவுபடுத்தியது. அங்கேயும் மனம் லயிக்காமல் பைக்கை எடுத்துக் கொண்டு சுற்றினேன்.

மறுநாள் ஆரஞ்ச் நிறத்தில் வெங்காயத் தோலை போன்ற மெலிதான புடவை கட்டி வந்திருந்தாள். துளியும் ஒப்பனை இன்றி நெற்றியில் சிறிதான குங்குமத் தீற்றல் முகத்தை மேலும் துலக்கமாகக் காட்டியது. நேற்றைக்கும் இன்றைக்கும் ஏகப்பட்ட வேறுபாடோடு இருந்தாள்.

“Sorry.” என்று இரண்டுமுறை வாட்ஸப்பில் அனுப்பினேன். ஓரே டிக் மட்டும் காண்பித்தது. முகப்புப் படம் காண்பிக்கவில்லை. வாட்ஸப்பில் இருந்து என்னை பிளாக் செய்திருந்தாள். உடனே ஃபேஸ்புக்,இன்ஸ்டகிராம் எல்லாவற்றையும் சென்று பார்த்தேன். எல்லா சமூக ஊடகங்களிமிருந்தும் என்னை பிளாக் செய்திருந்தாள். என் எல்லா வகையான தொடர்புகளிலுமிருந்தும் துண்டித்துக் கொள்ள முடிவெடுத்துவிட்டாள். இறுதியாக அவளுக்கு Sorry என குறுஞ்செய்தி அனுப்பினேன். எந்த பதிலும் இல்லாததால் மறுபடியும் மறுபடியும் அனுப்பினேன். அன்று அலுவலகம் முடியும் வரை அனுப்பிக் கொண்டே இருந்தேன்.

மூன்று நாட்களாக பேசாததது நெஞ்சை இறுக்கியது. பார்க்கிங் இடத்தில் சென்று அவள் காலில் விழுந்துவிடலாமா என்று தோன்றியது. பார்க்கிங்கில் வைத்து எல்லோர் முன்பு கத்திவிட்டால்? வீட்டிற்குச் செல்லலாம் கதவைச் சாத்திவிட்டால்? மனம் தவித்து மண்டை வெடித்துவிடும் போலிருந்தது. கிட்டதட்ட அரைப் பைத்திய நிலையில் இருந்தேன். தூங்கி மூன்று நாட்கள் ஆகியிருந்தது. அறைக்குச் சென்று படுத்தேன் பன்னிரெண்டு மணி வரை தூக்கமின்றி புரண்டுகொண்டிருந்தேன். தூக்கம் கண்ணைத் தழுவியது. அப்போது மொபைலில் ‘டிங்’ என குறுஞ்செய்தி வந்தது எடுத்துப் பார்த்தேன் யாமினி என்று திரையில் பெயரைப் பார்த்ததும் துடித்தெழுந்து பதற்றத்துடன் படித்தேன்.

“டுமாரோ விச்சு பர்த்டே.. ஹி வாண்ட்ஸ் யூ டூ கம்” என குறுஞ்செய்தி வந்தது.

பொழுது எப்போது விடியுமென்று ஒவ்வொரு மணிநேரமாக கழித்துக் கொண்டிருந்தேன். காலையிலேயே விச்சுவுக்குக் கொடுக்க ஒரு பரிசு, வீட்டை அலங்கரிக்க பிறந்தநாள் வாழ்த்துகள் என்ற சுவரில் ஒட்டும் ஸ்டிக்கர் எழுத்துகள், பலூன் மற்றும் வண்ணத் தாள்கள், பேக்கரியில் கேக் என எல்லாவற்றையும் வாங்கிக் கொண்டு அவள் வீட்டுக்குச் சென்றேன்.

அழைப்பு மணியை அடித்தேன். யாமினிதான் கதவைத் திறந்தாள். புன்னகைத்தேன்.. அவள் முகத்தில் என்னைப் பார்த்ததில் எந்தச் சலனமும் இல்லை. கதவைத் திறந்துவிட்டுவிட்டு போய் சோபாவில் அமர்ந்து கொண்டாள். நான் அங்கிருப்பது அவளுக்கு எந்த விதத்திலும் சம்மந்தமே இல்லை என்பது போல முகத்தை வைத்திருந்தாள். அவளின் இறுமாப்பு நொடிக்கு நொடி என் சமநிலையில் கல்லெறிந்துகொண்டே இருந்தது. அறைக்குச் சென்று விச்சுவிடம் வாங்கி வந்த பரிசைக் காட்டினேன். அவன் முகம் ஜொலித்தது. உடனடியாக அதைப் பிரித்து அதிலிருந்த கைக்கடிகாரத்தைக் கட்டிவிடச் சொல்லி யாமினியிடம் காட்டுவதற்காக ஓடினான். அவள் பார்த்துவிட்டு என்ன சொல்லப் போகிறாள் என்பதை அறிய ஆவலோடு அவன் பின்னே சென்றேன். அவளிடம் விச்சு கடிகாரத்தைக் காண்பித்ததும் முகத்தில் எந்த உணர்ச்சியுமின்றி “ஓக்கே” என்றாள்.விச்சுவுக்கு அவள் மேலதிகமாக எதுவும் சொல்லாதது ஏமாற்றமாக இருந்திருக்கும் ஆனால் எனக்கு அவள் எதிர்மறையாக எதுவும் சொல்லாததே சற்று ஆறுதலாக இருந்தது.

யாமினி தலையை மேலுயர்த்தாமல் குனிந்தபடி போனையே பார்த்துக்கொண்டிருந்தாள். எதாவது செய்து அவளை என்னுடன் பேச வைக்க வேண்டுமென்பது மட்டும்தான் எனக்குள் ஓடிக்கொண்டிருந்தது. Happy Birthday Vishwa என்ற ஸ்டிக்கர்களை சுவரில் ஒட்டினேன். அதைச் சுற்றி வண்ணத்தாள்களையும், ஜிகினா பேப்பர்களையும் ஒட்ட

ஆரம்பித்தேன். பலூன்களை ஒவ்வொன்றாக ஊதி அவற்றையும் மேலே கட்டினேன். சின்னஞ்சிறிய சீரியல் பல்புகளை ஹால் முழுவதும் தோரணமாக தொங்கவிட்டேன். நான் இவற்றையெல்லாம் செய்வதை போனைப் பார்த்துக்கொண்டே ஓரப்பார்வையில் ஒரு முறைப் பார்த்தாள். இந்த மெனக்கெடல்கள் சிறிதளவேனும் அவள் மனதை அசைக்கும் என நான் யூகித்தது போலவே அவளும் என் அருகில் நின்று சில பலூன்களை எடுத்து ஒட்டினாள். நான் ஒரு புறம் அவள் ஒரு புறம் ஒட்டிக்கொண்டிருக்கும்போது தாள்களை எடுக்கும்போது எதிரெதிரே மோதுவது போல வந்தோம் அப்போது கடுகளவு அவள் முகத்தில் புன்னகை வந்துவிட்டுச் சென்றது. ஓரளவுக்கு என்மீது கோபம் தணிந்திருக்கும். சீரியல் பல்புகள் ஒளிரத் தொடங்கியதும் அந்த இடமே கொண்டாட்டத்திற்கு தயாரானது.

சற்று நேரத்திற்கெல்லாம் எங்களின் பொதுவான நண்பர்கள் வரத் தொடங்கினார்கள். வந்த எல்லோருமே வீடு கொண்டாட்டத்திற்கென அலங்கரிக்கப்பட்டிருப்பதைப் பாராட்டினார்கள். ஒரு வார்த்தை கூட அவள் அவர்களிடம் என்னைப் பற்றி எதுவும் சொல்லாமல் அவர்களின் பாராட்டுகளுக்கு “தேங்க்ஸ்” சொல்லிக் கொண்டிருந்தாள். என்ன செய்தாலும் அவள் மனம் இரங்கவில்லை.

விச்சு கேக் வெட்டியதுமே எல்லோரையும் போல நானும் கிளம்பி விடவேண்டுமா? விச்சு உன்னை அழைக்கிறான் என்றுதான் செய்தி அனுப்பினேன் நான் உன்னை வரச்சொல்லவில்லையே என்று வார்த்தைகளால் முகத்தில் அடிப்பாள். வந்திருந்த மற்ற எல்லோரிடமும் மிகவும் சகஜமாக சிரித்து சிரித்துப் பேசிக்கொண்டிருந்தாள். அவள் பேசுவதற்கெல்லாம் அடிக்கோடிடுவதைப் போல அவள் கன்னங்களில் குழி விழுந்தது.

பெரிய கேக் ஹாலில் மேஜை மீது வைக்கப்பட்டது. விச்சுவைச் சுற்றி எல்லோரும் நின்றுகொண்டிருந்தோம். விச்சு என்னை இழுத்து தன் அருகில் நிற்க வைத்துக் கொண்டான். இப்போது விச்சுவுக்கு இடவலமாக நானும் யாமினிவும் நின்று கொண்டிருந்தோம். எங்களை அறிந்த பொதுவான நண்பர்கள்

எங்களை ஒரு சேர பார்த்துப் புன்னகைத்தார்கள் நாங்கள் அன்யோன்யமாக உறவில் இருக்கிறோம் என நினைத்து பெருமிதமாக புன்னகைத்தவர்களின் பார்வையை சந்திப்பது சவாலாக இருந்தது.

கையில் பிளாஸ்டிக் கத்தியுடன் நின்றிருந்த விச்சு மெழுகுவர்த்திகளை ஊதும்போது மேஜைமேல் கால் மீது எக்கி ஏற அவனது கால் இடறி கேக்கின் மேல் குப்புற விழுந்தான். பாதி கேக்கும் க்ரீமும் அவனது சட்டை மேல் ஒட்டிக்கொண்டது. யாமினி உடனே கோபமுற்று அவன் மீது கையை வீசினாள். நான் உடனே விச்சுவைப் பிடித்து இழுத்து அணைத்துக் கொண்டு அங்கிருந்து அழைத்துச் சென்றேன். நீரைத் தொட்டு அவன் சட்டைகளைக் கழுவி முகத்தைத் துடைக்கும்போது விச்சு முகம் உயர்த்தி என்னைப் பார்த்து

"சின்னா நீங்களே என் அப்பாவா இருந்தீங்கன்னா நல்லா இருக்கும்". என்றான்.

அவன் இப்படிச் சொல்லும்போது யாமினியும் அங்கு வந்துவிட்டாள். வார்த்தைகளின்றி இருவரும் ஒரு கணம் பார்த்துக் கொண்டோம். அவள் உடனே அந்த மௌனத்தைக் கலைப்பது போல

"வந்திருக்கவங்க முன்னாடி டீஸ்ண்ட்டா நடந்துக்க விச்சு.. யூ ஆர் நாட் அ கிட் எனிமோர்!" என்று சற்று காட்டமாக சொன்னாள். அவன் சரி என்பது போல கவிழ்ந்த தலையை அசைத்தான்.

விச்சுவுக்கு வேறொரு புதிய உடையை மாற்றி ஃப்ரிட்ஜில் இருந்த இன்னொரு கேக்கை எடுத்து வைத்தேன். யாமினி என்னைப் பார்த்து சிறு புன்முறுவல் செய்தாள். சிறு மகிழ்வு எனக்குள் எட்டிப் பார்த்தது. விச்சு கேக்கை வெட்டி முதல் விள்ளையை அவன் அம்மாவுக்கும், இரண்டாவது விள்ளையை எனக்கும் ஊட்டினான். கேக்கிற்குப் பின் எல்லோருக்கும் பிரியாணி ஆர்டர் செய்திருந்தாள் யாமினி. வந்திருந்தவர்களுக்குப் பரிமாறினேன். ஒவ்வொருவராக சொல்லிக்கொண்டு புறப்பட்டார்கள். விச்சு சாப்பிடும்போதே

தூங்கி வழிந்தான், அவனை அவன் அறையில் படுக்க வைத்த பிறகு யாமினியிடம் சொல்லிக்கொண்டு புறப்படலாம் எனக் கதவைத் திறந்த போது அவள் உடைமாற்றியிருந்தாள், அப்போதுதான் கவனித்தேன். என்னுடைய சட்டையைப் போட்டிருந்தாள். "கிளம்புறேன்" என்று சொல்லியதும் அவள் என்னைப் பார்த்து "நான் உன்ன கிளம்பச் சொல்லலயே" என்றாள். புருவங்களை மேலுயர்த்தி அவள் கருவிழிகளை உருட்டி எனக்கே எனக்கென அளிக்கும் பிரத்யேக பார்வை பார்த்தாள். உடனே எனக்கு கண்கள், வாய் என எல்லாவற்றிலுமிருந்து மகிழ்ச்சி புன்னகையாக திமிறிக்கொண்டு வந்தது. அணை உடைந்த வெள்ளமென வந்த மோகத்தில் அவளை இறுகக் கட்டிக்கொண்டேன். பிறந்தநாள் ஏற்பாடுகளும், அதற்கான எனது மெனக்கெடல்களை அவள் அங்கீகரிக்கும் பொருட்டு பூசலை மறந்து திரும்பவும் அவள் அருகில் அனுமதித்தது கை மறந்து தொலைத்த பொருளைக் கண் முன்னே கண்டதைப் போலிருந்தது. அந்த இரவு முழுக்க ஜாக்கிரதை உணர்வுடனே இருந்தேன். நீர்மையின் குளுமையில் இருவரின் உடல்களும் மிதந்தன. பிரிவும், கோபமும், தாபமும் எனக்குள் வெறியாய் எழுந்தது. என் ஆவேசம் அனைத்தையும் அவள் எளிதாகக் கையாண்டது எனக்கு ஏமாற்றமாக இருந்தது.

காலை எழுந்து நான் கண்ணாடி முன் நின்று தலை சீவிக்கொண்டிருந்தேன். யாமினி கையில் காஃபி குவளையுடன் அருகில் இருந்த சோபாவில் கால் மீது கால் போட்டு கம்பீரமாக அமர்ந்தாள். டிங்... டிங்... எனப் போனிலிருந்து சத்தம் வந்துகொண்டே இருந்தது. அவள் முன் என் போன் கிடந்தது.

நான் போனை எடுத்துக்கொண்டு அவள் தோளை அணைத்து அவள் பின்னங்கழுத்தில் முத்தமிட்டேன். அவளுக்கு நான் கழுத்தில் முத்தமிடுவது மிகவும் பிடிக்கும். அவள் சட்டென கழுத்தை வளைத்து என் காதில் முத்தமிட்டாள். மறுபடியும் போனில் டிங்..டிங். என சத்தம் வந்து அழைப்புக்கான ரிங்டோன் ஒலிக்கத் தொடங்கியது. நான் அவளை முகத்துடன் முகம் உரசியபடியே போனை எடுத்து அணைத்துவைக்க

முயற்சித்தேன். இன்ஸ்டாவில் ரேஷ்மா என்ற பெண் என் புகைப்படங்களுக்கு அடிக்கடி கமெண்ட் இடுவாள். பதிலுக்கு நானும் அவள் புகைப்படங்களுக்கு கமெண்ட் இடுவேன். நட்பாக அவ்வப்போது இன்பாக்ஸில் பேசிக்கொள்வோம். அவள்தான் நேரம் காலம் தெரியாமல் அழைக்கிறாள். அவள் அழைப்பது தெரிந்தால் அவ்வளவுதான். பொன்னான இந்தத் தருணம் பாழாகிவிடுமென்று அழைப்பைத் துண்டித்தேன். ஆனால் விடாமல் அழைப்பு வந்தபடியே இருந்தது. யாமினி உடனே என்னை அணைப்பிலிருந்து விடுவித்தாள்.

“யாருதான் பேசுறா எடுத்துப் பேசேன்” என்றாள்

“யாருமில்லை சும்மா ராங்க் கால்” என்றேன்

“எடுத்துப் பேசாமலே ராங்க் கால்னு எப்டி சொல்ற” என்று சொல்லிக்கொண்டே போனை என்னிடமிருந்து வாங்கினாள்.

இன்ஸ்டாகிராம் வழியே ரேஷ்மா என வீடியோ கால் அழைப்பு வந்ததும் அதைப் பார்த்துவிட்டு முகம் மாறி சட்டென்று போனைத் தூக்கி சோபாவில் போட்டாள். நான் போனை எடுத்து அணைத்தேன்.

அவள் அருகில் சென்று அவள் கையைத் தொட்டேன்

“ச்சீ... கைய எடு...”

“இல்ல அந்தப் பொண்ணு சும்மா இன்ஸ்டா ஃப்ரண்ட்... ஃப்ரண்ட்லியா எதாவது கால் பண்ணிருப்பா”

“ஃப்ரண்ட்லியாதான் பேசுவான்னா ஏன் பயந்து மொபைல ஆஃப் பண்ணினே?”

“இல்ல நீ எதாவது சொல்லுவியோன்னுதான்”

“நான் என்ன லூசா... நீதான் ஃப்ரண்ட்லின்னு சொல்றீல்ல அப்றம் ஏன் கால் அட்டெண்ட் பண்ணல? வீடியோ கால்ல பாத்து பேசுற ஃப்ரண்ட பத்தி ஒருநாள் கூட நீ என்கிட்ட சொன்னதில்லியே”

“இல்ல இந்த நேரத்துல ஃபோன் வேண்டாமேன்னுதான்...”

"ச்சீ.. அசிங்கமா இல்ல உனக்கு..?"

"அவள் அப்படிச் சொன்னதும் என் தன்மானத்தின் மீது சேற்றை வாரி அடித்ததைப் போலிருந்தது.

"நீ ஒருத்தன கழட்டிவிட்ட அன்னைக்கே என்னப் பிடிச்சுக்கிட்டீல்ல.. அது அசிங்கமா படலையாடி உனக்கு"

நான் சொன்னவுடனே அவளுக்குக் கண்கள் பெரிதாக விரிந்து முகம் சிவந்தது.. ஆங்காரம் வந்தவளாக என்னை நோக்கி வந்தாள்

"என்னடா சொன்ன... எச்சிப் பொறுக்கி நாயே.. என் வேல்யூ தெரியாத உன்னையெல்லாம் வீட்டுக்குள்ள விட்டது என் தப்புடா..." என்று சொல்லிக்கொண்டே என் முகத்தில் மாறி மாறி அறைந்தாள்.. பட் பட்டென அடி விழுந்ததும் உடல் முழுக்க விறுவிறுவென்று இருந்தது. உடல் சூடேறி நெற்றிப்பொட்டில் கோபம் தெறித்தது

"யார் மேல கை வைக்கிறடி தேவ்டியா..." என்று அவள் முடியைப் பிடித்து சுழற்றினேன். அவள் தலையை உதறி என் கழுத்தைப் பிடித்து நெறித்தாள்

"நான் தேவ்டியான்னா.. நீயாருடா.. நீதாண்டா கேடுகெட்ட தேவ்டியா பய"

அவளைப் பட் பட்டென்று நான் அடிக்கவும், அவள் திட்டிக்கொண்டே என் சட்டையைப் பிடித்துக் கிழித்தாள்.. ஏய்.... என்று பல்லைக் கடித்துக் கொண்டு கத்தினாள்.. என்னை நகங்களால் பிராண்டி, தலையைப்பிடித்த என் கையைக் கடித்தாள். நான் ஓங்கி அறைந்தேன் தடுமாறினாள். சீறிக்கொண்டு என் மீது பாய்ந்தாள், நான் அவளைப் பிடித்துத் தள்ள அவள் திமிறிக்கொண்டு உரக்க சத்தம் போட்டுக்கொண்டே என்னை நோக்கி வந்தாள்..

நேற்றிரவு ஆவலைத் தூண்டிய உடலின் ஸ்பரிசம் இப்போது மேலே படும்போது கோபத்தைத் தருகிறது. பதிந்த பற்தடங்களை விரும்பி ரசித்த உடல் இப்போது பதித்த பற்களை உடைக்க நினைக்கிறது, நேற்று காதலின் அடையாளமாகப் பரிமாறிக்கொண்ட

எச்சில் இன்று வெறுப்பின் சாட்சியாக உமிழப் படுகிறது. அன்பைக் கொடுத்த அணைப்புப் பிடிகளும், நகக் கீரல்களும் இப்போது வலியைக் கொடுக்கிறது. மனதைக்கொண்டு உடலை வெல்ல நினைத்தவர்கள் இன்று உடலைக் கொண்டு மனதைத் தோற்கடிக்க முனையும் விசித்திரம்தான் என்ன?! எனில் இதில் எது உடல்? எது மனம்? மனம்தான் உடலா அல்லது உடல்தான் மனமா? இதில் அன்பு, காதல் என்ற வார்த்தைகளுக்கு அர்த்தம்தான் என்ன?

சண்டை போடும் சத்தம் கேட்டு அறைக்குள் இருந்து தூங்கி எழுந்து கண்ணைக் கசக்கிக்கொண்டே விச்சு வெளியே வந்தான். அவன் வருவது தெரிந்ததுமே நாங்கள் விலகி நின்றுகொண்டோம். எங்கள் முகங்களை மாறி மாறி அவன் பார்க்க, நான் அதற்கு மேலும் அங்கு நிற்க முடியாமல் வெளியே வந்தேன். யாமினி “பளார்” எனக் கதவைச் சாத்தினாள்.

வாசல் கேட்டருகில் என்னைப் பார்த்து சிரித்தன பொன்னரளியும், போகன் வில்லாவும். முன்னது அழகான வெளித்தோற்றத்துடன் நஞ்சைக் கொண்டிருக்கிறது, பின்னது வெற்று அலங்காரமாக இருக்கிறது.. விழி மயக்கும் நஞ்சுக்கும், வெற்று அலங்காரத்துக்கும் என் மனம் எப்போதும் மயங்கிப் போகிறது? ஏன் இப்படி நடக்கிறது? இதுவரை நஞ்சையே அமுதென்று நம்பினேன் அப்படியானால் இனி அமுதே கிடைத்தாலும், அது நஞ்சைப்போல் இந்த அளவிற்கு என்னை ஈர்க்குமா?

பைக்கை ஸ்டார்ட் செய்து புறப்பட்டேன். உடல் சண்டையிட்ட அதிர்விலேயே இருந்தது. ஸ்டியரிங்கில் கைகள் விதிர்விதிர்த்தன. உதடு, கன்னம் என எல்லா நகம் பட்ட இடங்களும் வெயிலில் எரிந்தன. எதிரில் வரும் வாகனங்கள் பைக்கைக் கடந்து செல்லும்போதுதான் சாலையில் போகிற நினைவு வந்தது. எங்கே சறுக்கினோம் என்பதை நினைத்து நினைத்து குழம்பித் தவித்தேன். என் முட்டாள்தனங்கள் அனைத்தும் மனத்திரையில் படமாக ஓடியது. பெண்களிடம் தங்கள் சுயத்தை இழந்த நண்பர்களுக்கு நான் சொன்ன அறிவுரைகளெல்லாம் நினைவுக்கு வந்தன. அப்படியே எதாவது மரத்தில் சென்று

மோதலாம் போலிருந்தது. இப்போது இந்த எண்ணங்களை கலைக்க அவளே போன் செய்யலாம். போன் செய்து "ஸாரி சின்னா" என்று சொல்லலாம். பாக்கெட்டில் இருந்து போனை எடுத்துப் பார்த்தேன் எந்த அழைப்பும் இல்லை.

எந்த உறவிலும் அதீத அக்கறை அல்லது அக்கறையின்மை இந்த இரண்டுக்கும் நடுவில் சமநிலையைக் கடைபிடிப்பதுதான் உறவைப் பேணும் சூத்திரம். இதில் விந்தை என்னவெனில் அந்த உறவை இழக்கும்போதுதான் இந்த சூத்திரம் பிடிபடுகிறது.

எனக்கு வேலையில் கவனமின்றித் தொடர்ச்சியாகச் சொதப்பல்கள் நிகழ்ந்தது. இரண்டுமுறை மேலாளர் எனக்கு உளவியல் ஆலோசனைகளை வழங்கினார். இறுதியாக அவர் "ஊருக்குப் போய் ஒரு வாரம் இருந்துவிட்டு வாங்க" என்றார்.

யாமினி என்ற பெயருக்கு நட்சத்திரங்கள் நிறைந்த இரவென்று பெயர். நான் மின்மினி பூச்சிகளை நட்சத்திரங்களென்று வந்து ஏமாந்து ஆழ்ந்த இருளுக்குள் மாட்டிக்கொண்டேன்! எனக்குத் தேவை இப்போது வெளிச்சம் என்னுடைய அசலைக் காட்டும் வெளிச்சம்!

அம்மாவையும் தங்கையையும் பார்த்து பல மாதங்கள் ஆகியிருந்தது. தங்கையின் இரட்டைக் குழந்தைகளை இரு புறமும் தூக்கி வைத்துக் கொள்ளவேண்டுமென்ற ஆவல் எழுந்தது. சென்னையிலிருந்து நேரே தங்கை வீட்டிற்குச் சென்றேன். தங்கையையும் அவள் குழந்தைகளையும் பார்த்துவிட்டு புறப்படுகையில் அம்மா எனக்குப் பெண் பார்த்திருப்பதாகவும், மறுநாள் திருச்சிக்குப் புறப்பட வேண்டுமென்றும் கூறினாள்.

அன்று தங்கை வீட்டிலிருந்து பேருந்தில் பயணப்படும்போது யாமினி வாட்ஸ்ப்பில் ஒரு ஸ்டேட்டஸ் வைத்திருந்ததைப் பார்த்தேன். அவளும் சின்னத்திரை நடிகர் ஒருவரும் நெருக்கமாகக் கட்டியணைத்து மது விடுதி ஒன்றில் வண்ணப் புகைக்கு நடுவில் நின்றிருந்தார்கள்.

"ஹேப்பி பர்ட் டே ஹார்ட் திராப்.. மிஸ் யூ டா" என்று அதன் கீழே எழுதி இரண்டு இதயக்குறிகளை போட்டிருந்தாள்.

தலைக்குப் போகும் நரம்புகளில் ரத்தம் சூடேறியது. விட்டிற்குப் போனதுமே அம்மா சொல்வது சோளக்கொல்லை பொம்மையாக இருந்தாலும் தாலி கட்டுவது என்று தீர்மானித்தேன்.

அம்மாவுக்கு நான் திருமணத்திற்கு சம்மதித்ததில் ஏக மகிழ்ச்சி. அதன் நீட்சியாக எங்கள் தோட்டத்தில் வேலை பார்க்கும் ஊழியர்களுக்கு தலைக்கு ஆயிரம் ரூபாய் திருவிழாவிற்கு அளிப்பதைப்போல வழங்கினார்.

மறுநாள் புதன் கிழமை பெண் பார்க்கச் சென்றோம். அம்மாவும் தங்கையும் காரில் பார்க்கச் செல்லும் பெண்ணைப் பற்றி பெருமையாக சொல்லிக் கொண்டே வந்தார்கள். நான் அவர்கள் பேசிய எதையும் கேட்க மனமின்றி வெளியே பார்த்துக்கொண்டே வந்தேன். திடீரென யாமினி போன் செய்துவிட்டால் என்ன செய்வது? அவள் இந்நேரம் என் எண்ணை மறுபடியும் பிளாக் செய்திருப்பாள். போனை எடுத்து அணைத்து வைத்தேன்.

பெண்ணைப் பார்த்தேன் யாமினியை விடவும் சற்று வளர்த்தியாக இருந்தாள். திருத்தமான புருவங்களும், நீண்ட விழிகளும் முகத்தை வசீகரமாகக் காட்டியது. நீண்ட முடி சுருள் சுருளாக அழகாக இருந்தது. அவளை மனதுக்குப் பிடித்துவிட வேண்டுமென கூர்மையாக அவளை அளந்தேன். எல்லாவற்றிலும் அவளை மனம் யாமினிவோடு ஒப்பிட்டுக் கொண்டே இருந்தது. ஒவ்வொன்றிலும் தத்தளித்து இறுதியாக அவளின் கார்குழலி என்ற பெயர் மொத்தமாக எடை ஏறி இவள் பக்கமே துலா தட்டு சாய்ந்தது.

இருவரையும் தனியே பேசும்படி அம்மாவும், அவர்கள் பெற்றோரும் சொல்ல நாங்கள் இருவரும் தனித்துவிடப் பட்டோம்.

அறைக்குள் நுழைந்ததுமே வியர்க்கத் தொடங்கியது. அவள் குறிப்பறிந்து ஃபேன் சுவிட்சை போட்டாள். அந்த அறையில் பன்னீர் ரோஜாவின் சுகந்தம் வீசியது. அவள் எனக்கு முன் நாற்காலியை இழுத்துப் போட்டு எதிரில் இருந்த டேபிளில் சாய்ந்து கொண்டாள். மேஜையின் மீது சில புத்தகங்கள் நேர்த்தியாக அடுக்கப்பட்டிருந்தன.

"இந்த ஷர்ட் நல்லா இருக்கு.. உங்களுக்கு"

உரையாடலை அவள் அப்படி தொடங்கியது என்னைப் பிடித்துவிட்டது என்பது போலத்தான் இருந்தது.

"தேங்க்ஸ்.. உங்க ஸாரியும் ரொம்ப நல்லா இருக்கு.. எங்கம்மாகிட்ட நான் உங்கள பிடிச்சுருக்குன்னு சொல்லப்போறேன்"

தெறித்ததைப் போலச் சொன்னேன்.

அவள் தலையைக் குனிந்தபடி

"நான் எங்க வீட்ல அல்ரெடி உங்கள பிடிச்சிருக்குன்னு சொல்லிட்டேன்" என்றாள். எனக்கு முகமெல்லாம் வியர்த்தது. எச்சில் விழுங்கிக் கொண்டேன். சட்டென யாரோ என்னை பூமியிலிருந்து இரண்டடி மேலே தூக்கியதைப்போல உணர்ந்தேன். திருமணத்திற்கு எல்லோரிடமும் சம்மதம் தெரிவித்தேன். கார்குழலியின் மேற்படிப்புக்காக அவர்கள் திருமணத்தை ஆறு மாதங்கள் கழித்து வைத்துக் கொள்ளலாம் என்று கேட்டுக் கொண்டார்கள். எனக்கும் எல்லாப் பழைய நினைவுகளிலிருந்தும் என்னை விடுவித்துக்கொள்ள அந்த காலகட்டம் தேவையெனப்பட்டது.

சென்னைக்கு வந்ததும் இனி யாமினியைத் தேடிப் போவதில்லை என்றும், அவளை சந்திப்பதைத் தவிர்க்கவும், அவளது நினைவுகளிலிருந்து விடுபடவும் பணி மாறுதல் அவசியம் என்று பட்டது. அலுவலகத்தில் இருந்து வேலையை விட்டேன். சில நாட்களிலேயே பழைய மகாபலிபுரம் சாலையிலுள்ள புதிய நிறுவனத்தில் பணிக்குச் சேர்ந்தேன். ஒரு பெரிய உணவு விடுதியில் நண்பர்கள் அனைவருக்கும் விருந்து கொடுத்தேன். அறையில் நண்பர்கள் யார் வெளியில் போனாலும் அவர்களோடு வலியச் சென்றேன். ஒவ்வொருவரோடும் இணக்கமாக இருக்க விரும்பினேன். தினமும் கார்குழலியிடம் போனில் பேசத் தொடங்கினேன்.

மருத்துவமனையில் அடுத்தடுத்து ரத்தப் பரிசோதனைகளும், சி.டி ஸ்கேனும் செய்தார்கள். விச்சுவை அழைத்துக் கொண்டே ஒவ்வொரு இடத்திற்கும் சென்று வந்தேன். அவன் என்னோடு

உடன் நடக்கும் ஒவ்வொரு தருணத்தில் மலர்ச்சியோடு இருந்ததை அவனது தொடுதல்கள் எனக்கு உணர்த்திக்கொண்டே இருந்தது.

குரொமோட்டாகிராஃபி சோதனைக்காக புற்றுநோய் மருத்துவமனைக்குச் சென்றோம். தலையில் முடி கொட்டி, மூக்கு வழி குழாய்கள் பொருத்தப்பட்டவர்களைக் காணும்போதே அச்சமும், வேதனையும் சூழ்ந்துகொண்டது. சட்டென உடம்பில் காய்ச்சல் அடிப்பதைப் போல் இருந்தது. அவர்களுக்காகக் காத்திருக்கும் அவர்களின் உறவினர்களைக் காணும்போது பார்த்து மனம் வெதும்பியது.

இறுதியாக எல்லாச் சோதனைகளின் முடிவிலும் யாமினிக்கு புற்றுநோய் இல்லையென்றும் லேசர் சிகிச்சையால் அறுவை செய்து எடுத்துவிடக்கூடிய அளவிலான கட்டியாகத்தான் இருக்கிறதென்றும் தலைமை மருத்துவர் முடிவைச் சொன்னார். சட்டென நான் விச்சுவாக மாறியதைப் போல் குதூகலித்தேன். விச்சு யாமினியைக் கட்டிக் கொண்டான்.

ஒரு வாரத்துக்குப் பின் அறுவை சிகிச்சை நடந்தது. எட்டு நாட்கள் மருத்துவமனையில் இருந்தோம். அலுவலகத்தில் எனக்கு உடல்நிலை சரியில்லை எனச் சொல்லி விடுமுறை பெற்றிருந்தேன். மருத்துவமனையில் தரைத்தளத்திலிருந்து நான்காவது மாடிக்கு மருந்து, காஃபி, உணவு என ஒவ்வொரு முறையில் லிஃப்ட்டில் ஏறி இறங்கும்போதெல்லாம் வாழ்க்கையில் எங்கு ஏறி எங்கு இறங்கப் போகிறேன் என்ற கேள்வியே உள்ளத்தில் தொக்கி நிற்கும்.

ஒன்பதாவது நாள் மாலை டிஸ்சார்ஜ் செய்து வீட்டுக்கு வந்தோம். விச்சு கேட்டுக்கொண்டதற்கிணங்க அன்று நான் பிரியாணி சமைத்தேன். மூவரும் அமர்ந்து உணவு உண்டோம். ஆஸ்பத்திரிக் களை இப்போதுதான் யாமினியின் முகத்திலிருந்து வடிந்திருந்தது. இருப்பினும் பழைய குதூகலம் இல்லை. அவளே இயல்பாகப் பேசத் தொடங்கினாள்

“எப்டி போகுது லைஃப்?”

“ஆங்.. நல்லா போகுது”

“ஸ்மார்ட் ஆயிட்டே.. யாராவது ப்ரப்போஸ் பண்ணாங்களா?” எனக் கேட்டுவிட்டுப் புன்னகைத்தாள்.

“அப்டிலாம் இல்ல.. ஜஸ்ட் ஹேப்பியா இருக்கேன் என்று சொல்ல நினைத்து வார்த்தைகளை விழுங்கிக் கொண்டேன். அப்படிச் சொல்லியிருந்தால் நிச்சயமாக “என்ன விட்டுப் போனதாலா” என்று நிச்சயமாக கிடுக்கிப் பிடி போடுவாள்.

என் போன் வைப்ரேட் ஆகிக்கொண்டே இருந்தது. மருத்துவமனையிலும், யாமினி வீட்டுக்கு வரும்போதும் என்னை அறியாமல் போனை சத்தமின்றி வைப்ரேட்டில் வைத்திருந்தேன், தொடர்ச்சியாக அழைப்பு வந்துகொண்டே இருந்தது. கார்குழலிதான் அழைக்கிறாள். யாமினி பார்ப்பதற்குள் போனை எடுத்து அழைப்பைத் துண்டித்தேன்.

கார்குழலியைப் பற்றி யாமினியிடம் சொல்லலாமா என மனம் தவித்தது. சொன்னால் எப்படி எடுத்துக் கொள்வாளோ என்றும் பதற்றமாக இருந்தது. பெண் பார்க்கும் அளவிற்கு போய்விட்ட பிறகும் இவளிடமிருந்து நான் என்னை மறைத்துக் கொண்டு பழைய சின்னராஜாவாகவே இருப்பதன் மர்மம் எனக்கே விளங்க முடியாததாக இருந்தது. நிச்சயமாக இவளிடம் சொல்ல வேண்டும். சொன்னால் இவள் முகத்தில் உண்டாகும் உணர்வைப் பார்க்க வேண்டும். அப்போதுதான் இத்தனை நாள் இவள் என்னைப் பற்றி உண்டாக்கி வைத்திருக்கும் அசல் மதிப்பீடு என்ன என்பதை நான் தெரிந்துகொள்ள முடியும். ஒரு வேளை பெண் பார்த்ததைச் சொன்னால் “என்ன நம்ப வெச்சு ஏமாத்திட்டியேடா’ என்று சொன்னால்? நான் எப்போதுமே இவளை ஏமாற்ற நினைத்ததே இல்லையே. இவள் நடந்து கொள்வதும் இவளின் திமிர் போக்கும்தானே எல்லாவற்றுக்கும் காரணம்.

சாப்பிடாமல் தட்டில் அவளது விரல்கள் அளைந்துகொண்டேயிருந்தன. அவளது பார்வை கேர்ள் அட் தி விண்டோ ஓவியத்தின் மீதே நிலைகுத்தியிருந்தது. நான் அவளருகில் அமர்ந்து அவளுக்கு ஊட்டிவிட்டேன். சாப்பிடும்போது அவள் உதடுகள் விம்மியது அழுதுவிடுவாள் என்பது போல நீர் கட்டி நின்றது கண்கள்.

சாப்பிட்டு முடித்து உடனே அவள் அறைக்குச் சென்றாள். அவளோடு முரண்பட்டு நான் தவறு செய்துவிட்டேனோ என்று தோன்றியது இன்னும் பெரிய மனதோடு பிரச்சினைகளை அணுகியிருக்கலாம். வார்த்தைகளை இன்னும் கவனத்துடன் பயன்படுத்தியிருக்கலாம். கையிலிருந்து விழுந்த பிறகு உண்டாகும் ஜாக்கிரதை உணர்வு, முன்பே ஏன் ஏற்படுவதில்லை. ஒருவேளை அப்படி இழக்க விரும்பாத ஜாக்கிரதை உணர்வுதான் உடமையுணர்வாக மாறி சண்டையிட வைத்ததா?

போன் அடித்தது அம்மா அழைக்கிறார். அம்மாவிடம் யாமினி குறித்து சொல்லிவிடலாமா? யோசிப்பதற்குள் தன்னிச்சையாக போனை எடுத்துவிட்டேன்.

"எங்கப்பா இருக்கே?"

"கொஞ்சம் வெளில இருக்கேன்மா.."

"குழலி ரெண்டு மூணு தடவ போன் பண்ணுச்சாமேப்பா ஏன் போன எடுக்கலன்னு பதட்டமாயி எனக்கு அடிச்சுது"

"அம்மா அதில்லம்மா கொஞ்சம் வேலை.. அம்மா இந்தக் கல்யாணத்த கொஞ்சம்.. தள்ளிப் போடலாம்மாம்மா?"

"டேய் என்னடா பேச்சு இது.. தள்ளி போடலாம் அது இதுன்னு.. நிச்சயம் பண்ணி ஆறு மாசம் கழிச்சுதானே தேதி வெச்சுருக்கு?"

சிறிது நேரம் எதுவும் பேசாமல் இருந்தேன். மேற்கொண்டு அம்மாவிடம் என்ன பேசுவது எனப் புரியாமல் நெஞ்சு இறுகியது.

"ஏன் தம்பி கம்பெனில லீவ் எதும் குடுக்க மாட்டாங்களாப்பா?"

"இல்ல. அது இல்லம்மா.. கல்யாணம் இப்ப தேவையான்னு யோசிக்கிறேன்"

"தம்பி.. இதல்லாம் நல்லா இல்ல ஆமாம்.. ஆர்டர் போட்டுட்டு கேன்ஸல் பண்றீங்களே அது மாதிரி இல்ல இது.. இப்ப வந்து இதெல்லாம் பேசறது யாரையாவது எழவுல இழுத்து உடுறது மாதிரி. இனிமே இப்படில்லாம் பேசாத..."

எதுவும் பேசாமல் இருந்தேன்..

"அந்தப் பொண்ணுக்கு ஃபோனப்பண்ணி பேசு ஆமாம்!"

எனச் சொல்லிவிட்டு போனை துண்டித்தார் அம்மா. அவரது இறுதி வார்த்தைகளில் இருந்த தீர்க்கம் அச்சமூட்டியது.

என்ன முடிவெடுப்பதெனத் தெரியாமல் கால்களுக்குள் கைகளை நுழைத்து உடலைக் குறுக்கி சோபாவில் படுத்துக்கொண்டேன்.

"சின்னராஜா..." குரல் கேட்டது. எழுந்தேன் யாமினி நின்றுகொண்டிருந்தாள்.

அவள் என் முழுப்பெயரையும் சொல்லிக் கூப்பிட்டது ஆச்சர்யமாக இருந்தது.

நான் என்ன என்பது போல அவள் அருகில் சென்றேன்.

"தேங்க்ஸ் ஃபார் எவெரிதிங்க்... நான் ரத்தீஷ வரச் சொல்லியிருக்கேன்.. கொஞ்ச நேரத்துல அவன் வந்துடுவான். அப்போ நீ இங்க இருந்தீன்னா தேவை இல்லாம சங்கடமாயிடும்" என்றாள். அவள் சொல்லும் குரல் தொனியிலேயே அது பொய் என்பது எனக்குப் புரிந்துவிட்டது, இருப்பினும் அதைக் கேட்பதற்கு எனக்கு மனமில்லை. சட்டெனத் தலைசுற்றி அவள் தூரத்தில் நின்றுகொண்டிருப்பதைப் போலப் பட்டது. நான் அவளை ஒருமுறைப் பார்த்துவிட்டு அவள் வீட்டைவிட்டு வெளியே வந்தேன். படிகளில் கால் எடுத்து வைக்கும்போது ஊன்ற முடியாத அளவிற்கு என் உடலே எனக்கு பெரும் பாரமாக இருந்தது. சாலையில் இறங்கி நடந்தேன், குளிர் ஊசியென உடலில் ஏறியது. சிறிது தூரம் சென்று திரும்பிப் பார்த்தேன் யாமினி ஜன்னல் வழியே நின்று பார்ப்பது போலவே இருந்தது. மறுபடியும் ஒருமுறை திரும்பி அதை உறுதி செய்துகொள்ள எனக்குத் தைரியமில்லை.

சாயை

படப்பிடிப்புத் தளத்தில் இருந்தவர்கள் தீயில் நிற்பது போல நின்றிருந்தார்கள். இன்றோடு மூன்றாவது நாளாக அந்தக் காட்சியை திரும்ப எடுத்துக் கொண்டிருந்தார் இயக்குநர். காட்சிப்படி கதாநாயகனின் அம்மா தன் வீட்டு வாசல் சுவர் மீது ஒரு சோற்றுருண்டையை உருட்டி வைத்து அண்ணாந்து கண்ணை மூடி “கா... கா” என்கிறாள். கேமரா தன் கண்ணைப் பெரிதாக்கிக் கொண்டு சோற்று உருண்டையை நோக்கித் திரும்புகிறது. உதவி இயக்குநர்களும், செட் அசிஸ்டெண்ட்களும் கேமிராவுக்கு வெளியே நின்று கா..கா என்று வானை நோக்கி கத்தினார்கள். காகம் எதுவும் தென்படவே இல்லை. பழமொழி சொல்வதைப் போல ஒரு ஈ கூட வரவே இல்லை. நேரம் மலைமீதிருந்து பாறைபோல உருண்டோடிக்கொண்டே இருந்தது. இயக்குநர் குழுவைத் தவிர படப்பிடிப்புத் தளத்திலிருந்த எல்லோரும் தங்களது சலிப்பை வெவ்வேறு வகைகளில் உடல்மொழிகளில் வெளிப்படுத்தத் தொடங்கினர். படத்தின் தயாரிப்பு நிர்வாகியும்,

காசாளரும் ஒருவருக்கொருவர் குழப்பத்தோடு பார்த்துக் கொண்டார்கள். படப்பிடிப்புத் தொடங்குவதற்கு முன்பிலிருந்தே இந்தக் காட்சியை கிராஃபிக்ஸில் எடுத்துக் கொள்ளலாம் என்று அவர்கள் சொன்னதை இயக்குநர் செவி கொடுக்கவே இல்லை.

இயக்குநர் திரும்பவும் "ஒன்மோர்" என்றார். சோற்று உருண்டையை எடுத்துவைத்த நடிகை அண்ணாந்து பார்த்தார். பஞ்சுப் பொதிகளாய் மேகங்கள் மட்டுமே நீலத்திரைக்கு முன்னே பறந்துகொண்டிருந்தன. அவர் விழிகளின் ஓரங்களில் நீர் கசியத்தொடங்கியது. உதவியாளர்கள் வானத்தைப் பார்த்துக் கத்தத் தொடங்கினார்கள். கிரேனில் அமர்ந்திருந்த இயக்குநர் தன் கோபத்தை எல்லோர் மீதும் வீசினார்.

சற்று நேரத்திற்கெல்லாம் தயாரிப்பாளரின் கார் அமைதியாக வந்து நின்றது. நிர்வாகியும், காசாளரும் காரை நோக்கி ஓடி வந்தனர். விஷயத்தைச் சொன்னதும் தயாரிப்பாளர் முகத்தில் கவலையும், குழப்பமும் படரத்தொடங்கியது.

இந்த தயாரிப்பு நிறுவனம் கடைசியாக எடுத்த நான்கு படங்களும் தோல்வியைத் தழுவிய நிலையில் தொடர்ச்சியாக வெற்றிப் படங்களைக் கொடுத்துக் கொண்டிருக்கும் இந்த இயக்குநரிடம் நான்கு வருடமாகப் பேச்சுவார்த்தை நடத்தி இந்தப் படத்தைத் தொடங்கியிருந்தார் தயாரிப்பாளர்.

தயாரிப்பாளர், இயக்குநரிடம் சென்று "இந்தக் காட்சியை ஒரு மணி நேரம் கழித்து எடுத்துக் கொள்ளலாமா.. இதோ வந்துவிடுகிறேன்" எனக் கூறிவிட்டு இதற்கொரு தீர்வு காணும் முனைப்போடு காரில் ஏறி புறப்பட்டார்.

நுங்கம்பாக்கத்தில் பெரும் பெரும் கட்டிடங்கள், அடுக்ககங்களுக்கிடையே ஒரு தெருவிற்குள் இப்படி ஒரு ஓட்டு வீடு கடந்தகால நினைவுகளின் எச்சமாக இருப்பது அந்த ஏரியாவுக்குள் நுழையும் யாருக்கும் ஆச்சரியமாகத்தான் இருக்கும். வீட்டினுள்ளே நுழைந்தவுடன் வீட்டைப் போலவே பழமைச் சின்னமென எழுபத்தைந்து வயதைக் கடந்த பெரியவர் ஜன்னலைப் பார்த்தவாறு நாற்காலியில் அமர்ந்திருந்தார்.

செந்தில் ஜெகன்நாதன்

மேல் சட்டை இல்லாமலிருந்த அவர், மனித முகம் கொண்ட உலர்ந்த பேரிச்சம்பழம் போல இருந்தார்.

தயாரிப்பாளர் அவரிடம் படப்பிடிப்பில் நிகழ்ந்துகொண்டிருப்பதை விளக்கினார். பெரியவர் எல்லாவற்றையும் ஆழ்ந்து உள்வாங்கிக் கொண்டு பெருமூச்சு விட்டார். உள்ளொடுங்கிக் கிடந்த அவரது கண்களால் வருவதற்கு இசைவு தெரிவித்தார்.

தயாரிப்பாளரின் ஆணைப்படி படப்பிடிப்புத் தளம் ஆயத்தமாக இருந்தது. இயக்குநர் கடுமையான முகத்தோடு அமர்ந்திருந்தார். சிறிது நேரத்தில் காரிலிருந்து தயாரிப்பாளர் இறங்கி பெரியவருக்கு கதவைத் திறந்துவிட்டு அவரைக் கரம் பிடித்து தளத்திற்கு அழைத்துச் சென்றார். இயக்குநர் உள்ளிட்ட எல்லோருமே அதிருப்தியோடு அவர்களைப் பார்த்தார்கள். இணை இயக்குநர் ஓடி வந்து பெரியவரிடம் காட்சி என்ன என்பதை விளக்கிச் சொன்னார். கையில் சோற்றுருண்டை தரப்பட்ட நடிகை கலவரமான முகத்துடன் பெரியவரையே பார்த்துக் கொண்டிருந்தாள். இயக்குநர் வெறுப்போடு "ஆக்ஷன்" எனச் சொல்ல அம்மா நடிகை சோற்றுருண்டையை சுவரின் மீது வைத்து அண்ணாந்து பார்த்து "கா..கா" எனச் சொல்ல, அவரது குரலைத் துரத்திப் பிடிப்பதைப் போல பெரியவர் வானத்தைப் பார்த்து ஒருவிதமான சீழ்க்கையொலியை எழுப்பினார். சில நொடிகளுக்கெல்லாம் ஒரு காகம் ஆகாயத்தில் அரை வட்டமடித்துப் பறந்து வந்து சுவரின் மீதிருந்த சோற்றுருண்டையைக் கொத்திச் சாப்பிடத் தொடங்கியது. பின் இயேசு கைகளை விரிப்பதைப் போல இரண்டு சிறகுகளையும் விரித்து கழுத்தைச் சொடுக்கி, அலகைத் தூக்கி அம்மா நடிகையைப் பார்த்தது. இயக்குநர் உள்ளிட்ட படப்பிடிப்புத் தளத்திலிருந்த எல்லோர் முகத்தசைகளும் ஆச்சர்யத்தில் விரிந்தது. இயக்குநர் மகிழ்வின் திளைப்பில் "கட்" சொன்னார். அதற்காகத்தான் காத்திருந்ததைப் போல காகம் திரும்பவும் பறந்து விண்ணை நோக்கி செல்லவும் கூட்டத்திலிருந்து கரவொலி அதிர்ந்தது.

தயாரிப்பாளர், பெரியவரின் கைகளைப் பிடித்து நெகிழ்வோடு நன்றி சொன்னார். உணர்ச்சி பொங்க பெரியவரின் அருகில்

வந்த இயக்குநர் "ரொம்ப நன்றி சார்.. இறந்துபோன தன் கணவனை மனமார நினைத்து அழைப்பதாக இந்தக் காட்சியை எழுதியிருந்தேன்.. காகம் வந்து உணவை சாப்பிட்டதோடு மட்டுமல்லாமல் சில நொடிகள் அந்த அம்மாவைப் பார்த்ததும் உடம்பெங்கும் புல்லரித்துவிட்டது.." என்று மனம் தளும்பி பெரியவரின் கையைப் பிடித்துக் கொண்டார்.

உணவு இடைவேளையின் போது கேரவனில் இருந்த பெரியவரைப் பார்க்க இயக்குநர் வந்தார். அவரது பாதங்களைத் தொட்டு வணங்கிவிட்டு தயாரிப்பாளரைப் பார்த்து

"சார் என்ன மாயம் சார் இது.. சென்னையில காக்காவே இல்லையோன்னு ரெண்டு நாள நெனச்சிட்டு இருந்தோம்.. அத்தனை பேர் கூப்பாடு போட்டும் வராத காக்காவ.. ஒன்னு ரெண்டு நிமிஷத்துல வர வெச்சுட்டாரே.. சார் யார்ன்னு தெரிஞ்சுக்கலாமா?" என்று ஆச்சர்யம் கலந்த பணிவோடு கேட்டார்.

தயாரிப்பாளர் பெரியவரைப் பார்க்க அவர் கண்ணாடியைக் கழற்றி தன் சட்டையில் துடைத்தபடியே இயக்குநரைப் பார்த்து புன்முறுவல் செய்தார். மெல்ல மெல்ல புன்முறுவல் இயந்திரம் ஓடத் துவங்குவது போல சிறியதிலிருந்து பெரிய சிரிப்பாக உருப்பெறத் தொடங்கியது. பெரியவர் இயக்குநரைப் பார்த்து

"மெட்ராஸ்ல காக்காவே இல்லையா.. ஹ..ஹ..ஹா..ஹா.." என்று பேசத் தொடங்கினார்.

தமிழில் பேசும் படங்கள் வரத் தொடங்கிய காலகட்டம். அப்போது நான் பிறந்த நுங்கம்பாக்கமெல்லாம் வயல்வெளிகளாக இருந்தது. எங்கள் வீட்டைச் சுற்றி விவசாயம் நடந்துகொண்டிருந்தது. விவசாயக் கூலியாக இருந்த என் தந்தையை, தேவி பிக்சர்ஸில் காவலாளியாக இருந்த பக்கத்து வீட்டு மாமாதான் மேகலா ஸ்டுடியோவில் வேலைக்குச் சேர்த்துவிட்டார். அப்போது கோடம்பாக்கத்திற்கு மேற்கே எல்லாம் காடாக இருந்தது. ரயில்வே கேட் போடுவதற்கு முன்பு வேகுவேகென்று ஸ்டேஷனைத் தாண்டி ஓட்டமும் நடையுமாகத்தான் வடபழனிக்குப் போய் வருவார் அப்பா.

அன்றைக்கெல்லாம் தமிழ், தெலுங்கு, மலையாளம், கன்னடம் என எல்லா மொழிப் படங்களும் மெட்ராஸில் தயராகிக் கொண்டிருந்தது. ஸ்டுடியோவில் நூற்றுக்கணக்கான தொழிலாளர்கள் மாதச்சம்பளத்திற்கு வேலை பார்த்துக் கொண்டிருந்தார்கள். என் அப்பா மாதம் இருபத்து ஐந்து ரூபாய் சம்பளத்திற்கு வேலை பார்த்தார்.

லைவ் ரெக்கார்டிங் காலகட்டமான அன்று ஸ்டுடியோக்களின் உள்ளேயே எடுக்கப்பட்ட படங்களுக்கு பூம் மைக்குகள் பயன்படுத்தப்பட்டன. நடிகர், நடிகைகள் தங்களுக்குரிய இடங்களில் நின்று வசனங்களைப் பேசி நடிப்பார்கள். கேமிரா காட்சி சட்டகத்துக்குள் வராமல் மைக்குகளைப் பிடித்துக் கொண்டு ஒருவர் நிற்க மைக்கிலிருந்து வரும் வசனங்களை ஒலிக்கலவை இயந்திரத்தில் ஒலிப்பதிவாளர் பதிவு செய்வார். இப்படி ஒலிப்பதிவு செய்யப்படும்போது வேறு ஏதேனும் சத்தம் அதில் கலந்துவிடக் கூடாது. அதனால் வசனம் பேசி நடிக்கும் அறை முழுவதுமாக அடைக்கப்பட்டு அதன் வெளிக்கதவின் மீது ஒரு சிவப்பு விளக்கு எரியும். வசனம் பேசி முடித்தவுடன் பச்சை விளக்கு எரியும். அதை சமிக்கையாகக் கொண்டு சத்தமெழுப்பும் ஆணி அடிப்பது உள்ளிட்ட எந்த வேலையும் அவ்விடத்தைச் சுற்றி நடைபெறாது. ஆனால் இதை மீறி இயற்கையான தடங்கல் ஒன்று ஒலிப்பதிவுக்கு இருந்தது. அது காகங்கள்!

ஆம் உணவு இடைவேளையில் இரைந்து கிடக்கும் உணவுப் பண்டங்களுக்கு காகங்களும், ஸ்டுடியோவில் இருந்த மா மரங்களுக்கு கிளிகளும் பெரும் எண்ணிக்கையில் வரும். கிளிகள் இருக்கும் மாமரங்களைச் சுற்றி எப்போதாவதுதான் படப்பிடிப்பு நடக்கும், அதனால் அவற்றால் பெரிய தொல்லைகள் எதுவுமில்லை. ஆனால் காகங்கள் தினம் தினம் அன்றைக்கு வசன ஒலிப்பதிவுக்கு பெரும் இடையூறாக இருந்தன. இதனால் ஸ்டுடியோவில் காகங்களை விரட்டுவதற்காகவே என் அப்பா பணியில் நியமிக்கப்பட்டார். முதலில் ஒரு நீண்ட கழிக்கம்பையும், பின்னர் ஒரு காற்று துப்பாக்கியையும் காகங்களை விரட்ட அப்பாவுக்குக் கொடுத்திருந்தார்கள். வசனம் எடுக்கப் போவதற்கு முன்பாக என் அப்பாவிடம்

உதவி இயக்குநர் வந்து சொல்லிவிட்டுச் செல்வார். அப்பா துப்பாக்கியை வான் நோக்கி வெடிக்கச் செய்வார். காகங்கள் சிதறி பறக்கத் தொடங்கும். சிவப்பு விளக்கைப் போட்டு வசன ஒலிப்பதிவு நடைபெறும்.

ஒருமுறை ஊரிலிருந்து வந்த என் பெரியப்பா அப்பா ஸ்டுடியோவில் பார்க்கும் வேலையைப் பார்த்துவிட்டு

“ஊர்ல உளுந்து பயிறு வெதச்சிருக்கும்போது உங்கப்பன காக்கா குருவி வராம கொல்லைய பாத்துக்கடான்னு சொன்னதுக்கு.. பட்டணத்துக்குப் பொழைக்கப் போறேன்னு ஓடியாந்தான்.. இங்க வந்து பாத்தா.. கையில டுப்பாக்கிய வெச்சி காக்கா ஓட்டிக்கிட்டு இருக்கான்” என்று என்னிடம் சொல்லி சிரித்தார்.

அப்பா உடனே மனம் சூடு பட்டவராக நொந்து போனார். அவருக்கு என்னைப்பற்றி ஒரு கனவிருந்தது. பணமும், புகழும் விளையும் திரைப்படத்துறையில் நானும் ஓர் இயக்குநராகவோ அல்லது நடிகராகவோ வரவேண்டும் என்பதுதான் அக்கனவு. தன் கஷ்டம் தன்னோடு முடிந்துவிட வேண்டும் அதுஎன்னை தொடரக் கூடாது என்று நினைத்தார்.

கதாநாயகனின் கார், மெயின் கேட் அருகில் வரும்போது நான்காவது தளத்தில் இருப்பவர்களும் எழுந்து நிற்பார்கள். இயக்குநர் வரும்போது அந்தக் கதாநாயகனே எழுந்து நிற்பார் என்பதையெல்லாம் எனக்குப் பலமுறை அப்பா சொல்லியிருக்கிறார்.

எனக்குப் பதினாறு வயதிருக்கும்போது அப்பா திடீரெனக் காலமானார். ஸ்டுடியோவிலிருந்து மேலாளர் வந்து பார்த்து அம்மாவிடம் உதவிக்கு சிறிது தொகையைக் கொடுத்துவிட்டு என்னை ஸ்டுடியோவில் வேலைக்கு வரும்படி அழைத்தார். நான் என்னை உதவி இயக்குநராகச் சேர்த்துக் கொள்ளும்படி கேட்டுக்கொண்டேன். ஆனால் காக்கா விரட்டுவதற்குத்தான் ஆள் தேவை என்று அவர்கள் உறுதியாகச் சொன்னார்கள். நானும் எதிர்காலத்தில் மீது கொண்ட நம்பிக்கையால் அப்போதைக்கு அந்தப் பணியில் சேர்ந்துகொள்ள சம்மதித்தேன்.

நடிகர் நடிகைகளும், கேமிரா உபகரணங்களும், "சைலன்ஸ்" "ஆக்ஷன்" போன்ற வார்த்தைகளும் என்னை வசீகரித்திருந்த காலகட்டம் அது. ஸ்டுடியோவின் உள்ளே சாதாரணராக வரும் ஒருவர் ஒப்பனை செய்து, உரிய உடைமாற்றித் திரும்பும்போது வேறொரு மனிதராக அவதாரமெடுக்கும் அதிசயத்தைக் காண்பது பறக்கிற அனுபவமாக இருந்தது. காற்றுத் துப்பாக்கியை வைத்துக்கொண்டு படப்பிடிப்பு தளத்திற்கு வெளியே நின்றிருந்தாலும் உள்ளே என்ன காட்சி எடுக்கிறார்கள் என்று என் மனதிற்குள்ளேயே நான் கற்பனை செய்துகொள்வேன்.

உயரமான ஸ்டுடியோ மேற்கூரைகளில், உத்திரங்களில் புறாக்கள் வந்தமரத் தொடங்கியது. காக்கைகளுடன் புறாக்களை விரட்டுவதும் சேர்ந்துகொண்டது. இதில் புறாக்களைக் கூட்டம் சேர விடாமல் தடுப்பது பெரும் சவாலானது. கையில் நீண்ட கம்பையும், காற்று துப்பாக்கியையும் ஏந்தும்போதெல்லாம் அப்பா என்னைக் குறித்துக் கண்ட கனவெல்லாம் மனக்கண்ணில் படமாக ஓடும்.

சில சமயங்களில் அப்பாவின் குரல் காதில் ஒலிக்கும், கிட்டத்தட்ட உடைந்து நொறுங்கிய குரலாக, மனதைக் கூர் தீட்டி வார்த்தைகளைக் கோர்க்க முயல்வேன் அது காக்கையின் கரைதலாகக் கேட்கும்.

காகங்களை விரட்டி விரட்டி அவற்றைக் கூர்ந்து கவனிக்கத் தொடங்கியிருந்தேன். காக்கைகளில் அண்டங்காக்கைகளை விடவும் சாம்பற்கழுத்துக் காகங்கள் மிகுந்த ஒற்றுமை உணர்வுள்ளவை. கூட்டத்தில் எந்தக் காக்கைக்கேனும் ஆபத்து என்றால் அது 'கரக்' என்ற ஒலியெழுப்பும் அதைக் கேட்ட மாத்திரத்தில் மற்ற காக்கைகள் எச்சரிக்கையாகி சிதறிவிடும். மனிதர்களின் எந்த சூழ்ச்சியையும், யுக்தியையும் தன்னுடைய அறிவால் வெல்லக்கூடிய ஆற்றல் பெற்றவை காகங்கள். அதனால் காக்கையை விடவும் அதீதமாக யோசிக்க வேண்டிய நிர்பந்தம் எனக்கிருந்தது. படப்பிடிப்பு இல்லாத வேளைகளில் ஒரு சமயம் பரீட்சாத்தமாக நீண்ட குரலில் கரவி

காகத்தைப்போலவே ஒலியெழுப்பினேன்.. நனவா என நம்ப முடியாத அதிசயமாக ஒரு திரளாக.. கருப்புப் போர்வைக் காற்றில் மிதந்து வருவதைப் போல காக்கை கூட்டம் நான் இருக்கும் இடத்திற்கு வந்ததும் விதிர்விதிர்த்துப் போனேன். அது ஒரு கட்டத்தில் என் பொழுதுபோக்கு போல ஆனது வீட்டில் இருக்கும் போதும் வெளிப்புறம் எங்காவது நடந்து செல்லும்போதும் அந்தச் சோதனையைத் தொடர்ந்தேன். காகங்களை தனியாகவும், கூட்டமாகவும் வரவழைக்கும் அளவிற்கு அவற்றின் ஒலிக்குப் பழகியிருந்தேன். ஆனால் இந்த விஷயத்தை நான் யாரிடமும் பகிர்ந்துகொள்ளவில்லை.

அன்று ஸ்டுடியோவில் முதலாளி தன் தந்தையிடமிருந்து மொத்தமாக நிர்வாகப் பொறுப்பெடுத்துக் கொண்டார் என்று பேசிக்கொண்டார்கள். அதற்காக ஒரு பெருவிருந்தொன்று தொழிலாளர்கள் அனைவருக்கும் ஏற்பாடாகியிருந்தது. சைவம், அசைவம் என தமிழகத்தின் அனைத்து சிறப்பு வகைகளும் சமைக்கப்பட்டு அனைவருக்கும் அளிக்கப்பட்டிருந்தது. ஆயிரத்து இருநூறு பேர் சாப்பிட்டதாக அன்று இரவு மேலாளர்கள் தங்களுக்குள் பேசிக்கொண்டார்கள். அன்றைக்குச் சேர்ந்த எச்சில் இலைகளை அப்புறப்படுத்த வந்திருந்த மாட்டு வண்டி சிதற விட்டுப் போன இலைகளுக்கென மறுநாள் காக்கைகள் வந்து மொய்க்கத் தொடங்கிவிட்டன.

அந்த நாள் ஒரு முக்கியமான படப்பிடிப்பு காலை முதலே காக்கைகளை விரட்டத் தொடங்கினேன். எல்லாக் காக்கைகளும் போன பிறகும் கூட ஒரு காகம் மட்டும் துப்பாக்கி சத்தத்திற்கும், கழிக்கும் அஞ்சவும் இல்லை அசையவும் இல்ல. சிறகசைப்பு எதுவுமின்றி, முதுகுநாண் அசையாமல் அப்படியே நின்றுகொண்டிருந்தது அந்த காகம். ஒரு கணம் அது உயிருள்ள காக்கையா அல்லது காக்கையின் தத்ரூப சிலையா என்று மனம் குழம்பி நின்றேன். கழியை கீழே வைத்து அதன் அருகில் சென்று பார்த்தேன் உடைந்த குரலில் அப்பா என்னைக் குறித்துப் பேசும் வார்த்தைகள் காதில் ஒலிக்கத் தொடங்கியது. அருகில் செல்லச் செல்ல

காக்கையிடம் நன்கு தெரிந்த முகச்சாயல் தெரிந்தது. ஒரு நொடி உடல் சிலிர்த்தது, வயிற்றுக்குள் எதுவோ குளுமையாக மேலெழுந்து அச்சம் முகத்தில் வெப்பத்தை உண்டாக்கியது. ஆம் இப்போது துலக்கமாகத் தெரிந்தது. அது என் தந்தையேதான்.

அப்போதிலிருந்து என் தந்தை என் கண்முன் வரத் தொடங்கினார். அவரை என்னால் எளிதாக கண்டுகொள்ள முடிந்தது ஆனால் என்னுடைய பணியை என்னால் இயல்பாக செய்ய முடியவில்லை.

அன்றைய நாளில் அதிக சம்பளம் வாங்கிய லோகிதாசனும், ராஜமாணிக்கமும் இரட்டை நாயகர்களாக நடிக்க, மேகலா ஸ்டுடியோவில் அதுநாள் வரை எடுக்கப்பட்ட படங்களிலேயே அதிக பொருட்செலவில் ஒரு படம் எடுக்க, விரைவில் பூஜை போடப்பட இருப்பதாக ஸ்டுடியோவிற்குள் பேச்சு உலவியது. அந்தப் படத்தை என் விருப்பத்துக்குரிய இயக்குநர் திருமலைநம்பி இயக்குவதாகக் கேள்விப்பட்டவுடன் எப்படியாவது இந்தப் படத்தில் உதவி இயக்குநராகச் சேர்ந்துவிட வேண்டுமென மனம் துடித்தது.

முதலாளி காலையில் ஸ்டுடியோவிற்குள் நுழையும்போது அவர் கண்ணில் படும்படி நின்றுகொண்டு வணக்கம் வைக்கத் தொடங்கினேன். கதை விவாத அறை வாயிலுக்கருகே இயக்குநர் திருமலை வரும் நேரமாகப் பார்த்து அவருக்கும் வணக்கம் வைத்தேன். அவர்களோடு மேலாளர், காசாளர், தயாரிப்பு நிர்வாகி, இணை இயக்குநர் என வணக்கங்கள் தொடர்ந்தன ஆனால் எந்த வணக்கமும் யாரையும் எட்டவில்லை. எல்லாம் காற்றில் கற்பூரமாய் கரைந்து போயின.

நானும் காகம் விரட்டுவதையே தொடர்ந்தேன்.. மற்ற காகங்கள் வந்தாலும் என் அப்பா அதன் பிறகு என் கண்ணில் தென்படவே இல்லை. அவர் என் மீது அதிருப்தியடைந்திருக்கக் கூடும் என்று மனதைச் சமாதானம் செய்துகொள்வேன்.

அவ்வப்போது அந்தப் படப்பிடிப்பு தொடர்பாக யார் பேசினாலும் நின்று கவனிக்கத் தொடங்கினேன். வரலாற்றுப் புனைவு திரைப்படம் என்பதால் கலை இயக்க தயாரிப்பு வழியாகவும், உடையலங்கார தயாரிப்புகளின் மூலமாகவும்

ஒரு கனவு அரண்மனை கண்முன்னே உருவாவதை என்னால் பார்க்க முடிந்தது.

பூஜை போட்டு படப்பிடிப்பு தொடங்கியது. ஒரு கிராமத்திலுள்ள அத்தனை வீடுகளிலும் கல்யாணவேலைகள் நடந்தால் எப்படி இருக்குமோ அப்படி ஸ்டுடியோவின் ஒவ்வொரு பகுதிகளிலும் பணிகள் நடந்துகொண்டிருந்தது.

லோகிதாசனும், ராஜமாணிக்கமும் நண்பர்களாக இருந்து எதிரியாக மாறும் காட்சியின் வசனங்கள் ஒலிப்பதிவு செய்யப்படவிருந்தது. அரசர்களாக ஒப்பனை செய்து அரண்மணை செட்டுக்குள் நுழைந்த இருவரையும் பார்க்கும்போதே மனம் பரவசமடைந்தது இவர்கள் உள்ளே என்னவெல்லாம் பேசுவார்கள், என்ன தோரணையில் பேசுவார்கள் என்பதை கற்பனை செய்துகொண்டேன்.

வெளியே சிவப்பு விளக்குப் போடப்பட்டது. இருவரும் நடிக்கத் தொடங்கினார்கள். முதல் வசனம் பேசி முடித்தவுடனேயே ராஜமாணிக்கம் தான் கோல்டன் ஸ்டுடியோவில் வேறொரு படப்பிடிப்புக்குச் செல்லவேண்டுமென இயக்குநரிடம் தெரிவித்தார். இயக்குநரோ இன்றைக்கே அரண்மணை சம்பந்தப்பட்டக் காட்சி முழுவதையும் ஒரே உணர்வலையில் எடுத்துவிட வேண்டும் என்பதில் திண்ணமாக இருந்தார். அதனால் அவர் ராஜமாணிக்கம் சொல்வதை பொருட்படுத்தாமல் அடுத்தடுத்த வசனங்களை எடுத்துக் கொண்டிருந்தார். இந்த நிலையில் லோகிதாசன் ராஜமாணிக்கத்தை பரிகாசம் செய்யும் விதமாக காட்சித் தாளில் இல்லாத தன் சொந்த வசனத்தைப் பேச கோபமடைந்த ராஜமாணிக்கம் தன் கையில் இருந்த வாளை லோகிதாசனின் மீது வீசினார். காயமடைந்த லோகிதாசன் தன் உடைவாளை அவர் மீது பதிலுக்குப் பிரயோகிக்க இருவரின் உதவியாளர்களும் உள்ளே இறங்க, வரலாற்று நாயகர்கள் வேடம் தரித்தவர்கள் நிகழ்கால கடுமொழியில் ஒருவரையொருவர் திட்டியும் சவால் விட்டும் அந்த இடமே அடிதடி கலாட்டாவாக ஆனது. பாதுகாவலர்களோடு நானும் சென்று சண்டையை விலக்கிவிட்டேன்.. இந்நிலையில் முதலாளி வந்தவுடன் அந்த இடம் அமைதியானது. ஒப்பனைக்கு மேலேயே

ஒவ்வொருவரின் மீதும் ரத்த கீறல்களை உதவியாளர்கள் பஞ்சு வைத்து ஒற்றியெடுத்தார்கள். முதலாளி இருவரையும் தனித்தனியாக சமாதானப் படுத்தினார். உணவு இடைவேளைக்குப் பிறகு படப்பிடிப்பு மீண்டும் தொடங்கியது. சிதறிக் கிடந்த உணவுகளுக்கு காக்கைகள் அந்தரத்தில் வட்டமிட்டு வரத் தொடங்கின. சிவப்பு விளக்குப் போடுவதற்காக எல்லோரும் காத்திருந்தனர். துப்பாக்கியால் விண்ணோக்கி சுட்ட பின்னும் செல்லாத காக்கைகள் படப்பிடிப்பு அறைக்கு வெளியே சுற்றிக்கொண்டே இருந்தன. இயக்குநர் திருமலை அறையிலிருந்து வெளியே வந்து மிகுந்த கோபத்தோடு ஆள்காட்டி விரலை நீட்டி என்னை எச்சரித்தார். நான் மீண்டும் காக்கைகளை ஓட்டினேன். ஒருவழியாக எல்லா காகங்களும் சென்றபிறகு அறைக்கதவு சாத்தப்பட்டு காட்சியை எடுக்கத் தொடங்கினார் இயக்குநர் திருமலை.

லோகிதாசன் மாணிக்கத்திடம் ஆவேசமாக பேசும் வசனம் தொடங்கியது. சரியாக அந்த நேரத்தில் மூடப்பட்ட அந்த அறைக்குள் இருந்து ஒரு காகம் வலியில் துடிப்பது போல கரைந்தது. படப்பிடிப்பில் இருந்த எல்லோருக்குமே அதிர்ச்சியாக இருக்க காக்கையின் சத்தத்தைக் கேட்டு எனக்கு வயிற்றில் அமிலம் கரைத்ததைப் போல அச்சத்தில் விழிகள் இரண்டும் தத்தளித்தன. உடலெங்கும் நடுங்கி அறைக்குள் கழியை எடுத்துக் கொண்டு ஓடினேன். காகத்தின் சத்தம் மேலும் வளர்ந்துகொண்டே சென்றது. படப்பினுள்ளே இருந்த எல்லோரும் அவரவர் கையில் கிடைத்ததைக் கொண்டு மேற்கூரையின் மீது இறக்கைகளை அடித்துக்கொண்டு பறக்கும் காகத்தை விரட்ட போராடிக் கொண்டிருந்தார்கள். உள்ளே நுழைந்த அத்தனை பேரின் கோபமும் என் மீது திரும்பியிருப்பதை அவர்களின் பார்வைகளைக் கடக்கும்போதே எனக்குப் புரிந்தது. இயக்குநர் என்னை அருவருப்போடும் கோபத்தோடும் பார்த்தார். காகத்தை அங்கிருந்து விரட்ட ஓடினேன். இதற்கிடையே இதை ஒரு சகுனத்தடை எனச் சொல்லி ராஜமாணிக்கம் லோகிதாசனைச் சீண்ட மறுபடியும் அவர்களுக்குள் சண்டை மூண்டது.

இதுவரை வசன ஒலிகளை மட்டுமே கேட்டுப் பழகிய மூடிய ஸ்டுடியோ அறை அன்று அல்லோலப்பட்டு ஒரே கூச்சல் சத்தமாக இருந்தது.. காற்றில் தங்கள் கைகளில் இருந்தவற்றைக் கொண்டு எல்லோரும் வீசிக்கொண்டிருக்க ஒருவரின் கையிலிருந்த கழிக்குப் பயந்து என் தோளை உரசிக்கொண்டு பறந்தது காகம். அக்கணம் என்ன தோன்றியதோ வெறிகொண்டவனைப் போல கையிலிருந்த கழியால் அது ஓங்கி அடித்தேன் பட்டென அடிபட்டு செத்து வீழ்ந்தது காகம். ஆம் நானே கொன்றுவிட்டேன்.

இயக்குநர் என்னை நோக்கி அடிக்க ஓடிவர நான் பயந்து போய் வெளியில் ஓடும்போது கீழே கிடந்த மரக்கட்டைகளில் தடுக்கி கல்லில் விழுந்தேன். முட்டிகளிலும், தொடைகளிலும் நன்றாக அடிபட்டு தாங்க முடியாத வலியில் கத்தினேன். என் குரல் அடிபட்ட காகத்தின் குரலாய் கேட்கத் தொடங்கியது. இயக்குநரும் மற்றவர்களும் என்னை ஆச்சர்யமாக பார்த்தார்கள். அங்கு அதைவிடப் பெரிய அதிசயம் அடுத்த நிமிடமே நடந்தது. ஆகாயத்தை மறைப்பதைப் போல ஸ்டுடியோவைச் சுற்றி ஆயிரக் கணக்கான காக்கைகள் சிறகு விரித்து அங்கே சூழத் தொடங்கின. எல்லோர் கண்களும் காகங்களையேப் பார்த்துக்கொண்டிருந்தன. அச்சம் எல்லோர் முகத்திலும் அப்பியிருந்தது. காற்றுத் துப்பாக்கி, கழி, என எல்லாவற்றையும் பிரயோகிக்கத் தொடங்கினார்கள் ஊழியர்கள். விழுந்து கிடந்த நான் தட்டுத் தடுமாறி உதட்டில் வழிந்த குருதியைத் துப்பிவிட்டு, எழுந்து நின்று என் அப்பாவை மனதில் நினைத்து காக்கைகளை விரட்டக் குரலெழுப்பினேன். காற்றுக்குப் பறக்கும் வேர்க்கடலைத் தோலைப்போல மொத்த காகங்களும் விசுக்கென்று விண்ணில் பறந்தன.

ஒரு கரும்புள்ளி கூட இல்லாத விசும்பு, காண முடியாதபடி கண்ணைக் கூசியதும் தலையைக் குனிந்து கொண்டேன்.

நான் கொன்றது காகத்தையா? என் கனவையா? என் கழிவிரக்கத்தையா? என்ற கேள்விகள் மண்டையைத் துளைத்துக் கொண்டே இருந்தன.

செந்தில் ஜெகன்நாதன்

சட்டென்று யாரோ என் முதுகெலும்பை உருவியெடுத்துவிட்டது போல நேரே நிற்க முடியாமல் ஒரு காகத்தைப் போலக் கூனி நின்றேன்.

அதன் பின்பு நான் ஸ்டுடியோவுக்கு வேலைக்குப் போகவே இல்லை. வீட்டிற்குள்ளேயே அடைபட்டுக் கிடந்தேன். அன்றைக்கு நடந்தது போலவே மறுநாளும் காக்கைகள் சூழ்ந்துகொள்ள ஒரு வாரம் இடைவெளி விட்டு படப்பிடிப்பைத் தொடங்கியிருக்கிறார்கள். திரும்பவும் காக்கைகள் வர இரண்டு நடிகர்களும் மிகவும் பயந்து அந்தப் படத்தின் படப்பிடிப்பையே நிறுத்திவிட்டார்கள் என்று கேள்விப்பட்டேன்.

ஸ்டுடியோ முழுவதும் கருப்பு படுதாவைப் போர்த்தியது போல லட்சக் கணக்கில் காக்கைகளின் கூட்டம் வந்திருக்கிறது. துப்பாக்கிகளும், வெடிச்சத்தங்களும், அதட்டல்களும் காக்கைகளை எதுவுமே செய்ய முடியாமல் ஸ்டுடியோ ஒரு பிரம்மாண்ட காக்கைக் கூடாக ஆகிவிட்டதென சக தொழிலாளர்கள் சொன்னார்கள்.

காக்கை பிரச்சினைக்கு தீர்வு காண காட்டு இலாகா ஆட்களை அழைத்து வந்தார்கள்.. அவர்கள் பெரு வனத்தில் இருப்பதுபோல ஒரே இடத்தில் இத்தனை காகங்களைப் பார்த்து தங்களால் ஒன்றும் செய்ய இயலாது என்று பின்வாங்கிக் கொண்டார்கள். அதன்பிறகு குருவிக்காரரர்கள் வந்திருக்கிறார்கள். அவர்களின் உண்டிவில்லுக்கும், துப்பாக்கிகளுக்கும் காக்கைகள் சிறிதளவும் அசரவில்லை மாறாக பெருகிக் கொண்டே இருந்திருக்கின்றன. பின்பு ஜோதிடர் ஒருவரின் அறிவுரையின்படி பெரும் செலவில் இரண்டு பெரிய யாகங்கள் செய்திருக்கிறார்கள். அதிலும் ஒரு பலனும் இல்லை. படப்பிடிப்பு இல்லாததால் கடன் மேல் கடனாக பணம் கொடுத்தவர்கள் முதலாளியை நெருக்கியிருக்கிறார்கள்.

ஸ்டுடியோவில் இருந்த எல்லாப் பொருட்களையும் முதலாளி வந்த விலைக்கு விற்றுவிட்டார். இப்போது சென்னைப் புறநகர்ப்பகுதியில் வீடுகட்டி அங்கே குடியிருப்பதாக உடன் பணிபுரிந்த ஊழியர்கள் மூலம் அறிந்துகொண்டேன்.

ஒருநாள் எனக்கு ஸ்டுடியோவிற்குப் போய் பார்க்க வேண்டுமெனத் தோன்றியது. வேலைக்குப் போகும் நேரத்திலேயே புறப்பட்டேன். தூரத்திலிருந்து பார்க்கும்போது ஸ்டுடியோ பட்டுப்போன மரம்போல தோற்றமளித்திருந்தது. பல நாட்களாக பூட்டப்பட்டிருப்பதை பூட்டைப் பார்க்காமலேயே தொலைவிலிருந்தே அறிந்துகொள்ள முடிந்தது. வாசலில் இணைந்து நின்ற பிரம்மாண்ட இரும்புக்கதவுகளின் மீது சுண்ணாம்புக் கரைத்து ஊற்றிவிட்டதைப் போல காகத்தின் எச்சம் இருந்தது. அதன் மீது ஐந்தாறு காக்கைகள் இருந்தன. கதவை மெதுவாகத் தள்ளி உள்ளே நுழையை பார்த்தேன் ராட்சதக் குழந்தை சிதற விட்ட பண்டங்களை பொறுக்க வந்ததைப்போல எல்லா இடங்களிலும் காக்கைகள். காக வெள்ளம் என்று சொல்லலாம். அதன் சத்தம் தாள முடியாததாக இருந்தது, கழிவின் வீச்சம் மூச்சடைக்கச் செய்தது. தாள முடியாது ஓடி வந்து திரும்ப ஒரு முறை பார்த்தேன் படப்பிடிப்பு முடிந்து கலைக்கப்பட்ட செட் போல ஆகியிருந்தது ஸ்டுடியோ.. எத்தனை செட்டுகள் இதற்குள் போடப்பட்டிருக்கும் உடனே மனதில் முதலாளியின் நெற்றி முழுவதும் திருநீரணிந்த முகம் நினைவுக்கு வந்தது. முதலாளியின் வீட்டுப் பக்கம் போய்ப் பார்த்துவிட்டு வரலாம் என்று அவர் வீட்டை நோக்கி நடக்கத் தொடங்கினேன்.

குற்ற உணர்ச்சி தாங்க முடியாமல் மனதை கனமாக்கி அழுத்தியது. நடக்க முடியாமல் சிந்தனைகள் தடுத்துக் கொண்டே இருந்தன. தலையைச் சுற்றி காகங்கள் கரைவதைப் போன்ற மாயத் தோற்றம் ஒவ்வொரு அடியிலும் தோன்றிக்கொண்டே இருந்தது. இதோ இந்த நொடி பின்னாலிருந்து என் தலையில் ஒரு காகம் வேகமாக வந்து சொத்தென்று மோதப் போகிறது என்ற எண்ணம் தோன்றிக்கொண்டே இருந்தமையால் திரும்பித்திரும்பிப் பார்த்துக்கொண்டே நடந்தேன். முதலாளியும் அவரது மனைவியும் சுவர் மீது வாழை இலையை வைத்து துயரத்துடனும்,ஆவலுடனும் காகத்தை அழைத்துக் கொண்டிருந்தார்கள். மேல் சட்டையில்லாத உடம்பில் விபூதி அணிந்திருந்ததை வைத்து அன்றைக்கு முதலாளியின்

தந்தைக்கு திதி நாளாக இருக்கும் என்று யூகித்துக் கொண்டேன். முதலாளிக்கு ஏதாவது செய்ய வேண்டும் என்று தோன்றியது. ஒரு வகையில் மானசீக மன்னிப்பு என்று கூட சொல்லலாம். சீழ்க்கையொலியில் சப்தம் எழுப்பினேன் ஒரு காகம் வந்து இலையின் மீது அமர்ந்து எல்லா உணவையும் கொத்தி உண்டது. முதலாளி கண்ணீரும் புன்னகையுமாக காகத்தை கரம் கூப்பி வணங்கினார். நான் தூரத்திலிருந்து முதலாளியை வணங்கினேன்.

பெரியவர் தன்னுடைய கதையைச் சொல்லி முடித்ததும் இயக்குநர் ஆர்வம் தாங்க முடியாமல் கேட்டார்.

"முதலாளி வீட்டு திதிக்கு வந்திருந்தது உங்கள் தந்தையா? அல்லது முதலாளியின் தந்தையா?"

பெரியவர் கேரவன் கதவைத் திறந்து பரந்த வெளியைப் பார்த்து புன்னகைத்தார்.

விடம்

அன்விதா மலர் பறிக்க வேண்டுமென்று துணைக்கு அழைத்திருந்தாள். அவளைப் பறிக்கச் சொல்லிவிட்டு நான் கொல்லைப்புற அரிகாலில் அமர்ந்திருந்தேன். இரண்டு நாட்களாக தொடந்து பெய்த மழையின் பிரதிபலனாக, தளதளவென்று நின்றிருந்த எல்லாச் செடிகளிலும் இலைகள் தெரியாதபடி மலர்கள் சிரித்துக் கொண்டிருந்தன. நிலைக் கதவு ஊடாக காணும்போது தோட்டம் ஒரு மலர்கண்காட்சியின் புகைப்பட சட்டகம் போலிருந்தது.

திடீரென அவளறியாமல் பின்னாலிருந்து அணைத்து அவளுக்கு ஆச்சர்யம் கொடுப்பதற்காக தோட்டத்திற்குள் மெல்ல நுழைந்தேன். பூச்செடிகளுக்கிடையே அவளைத் தேடினேன். மூங்கில் பந்தலில் படர்ந்து வழிந்த பச்சைக்கொடிகளில் குமிழ் திறந்த முல்லைப்பூக்கள் மலர்ந்திருந்தன. அவைகளை வேகவேகமாக பறித்த அன்விதாவின் விரல்களின் நுனியில் சில நொடிகள் பூத்திருக்க, இரைக்காகத்

திறந்து மூடும் குருவிகளின் அலகைப்போல அவளது விரல்கள் ஒவ்வொரு மலர் காம்புகளையும் கிள்ளிக்கொண்டிருந்தன.

அவள் கேட்டுவிடக் கூடாது என்று மெதுவாக அடியெடுத்து வைத்தாலும் என் கால் பட்டு சருகுகள், அப்பளம் உடையும் சத்தம் எழுப்பவும், வண்டு ஒன்று ரீங்காரமிட்டு அவள் அருகில் பறக்கவும் சரியாக இருந்தது. அவள் அச்சப்பட்டு கழுத்தைச் சொடுக்கி வெடுக்கெனத் திரும்ப கரியநாகம் கழுத்தைச் சுற்றி பறப்பதுபோல் முதுகில் கிடந்த அவளது நீண்ட ஜடை அந்தரத்தில் வட்டமடித்துப் பறக்க, வண்டு அதில் மோதி தூரத்தில் போய் விழுந்தது. வண்டை அடித்து வீழ்த்திய பெருமிதத்தில் அவளது வலது மார்பில் தழுவிக்கிடந்த ஜடையையேப் பார்த்துக்கொண்டிருந்தேன். கெண்டைக்கால் வரை நீண்டிருக்கும் அன்விதாவின் ஜடை, கணுக்களைக் கழித்தெடுத்த பொங்கல் கரும்பை நினைவூட்டியது. அதன் அடர்த்தியையும், நீளத்தையும் பார்த்த முதல் கணத்திலேயே இவள்தான் என் மனைவி என்று மனதிற்குள் முடிவு செய்தேன்.

கல்லூரியில் படிக்கும்போது என் நண்பன் ஒருவன் சுற்றுலா பயணத்தில் 'நீண்ட கூந்தலுடைய பெண்கள் நிதானமானவர்கள், அழகியல் ரசனையுடையவர்கள், குடும்பப் பாங்கு கொண்டவர்கள்' என்று சொன்ன விஷயம் என் மனதில் ஆழமாகப் படிந்துவிட்டது.

அதிலிருந்தே காணும் பெண்களிலெல்லாம் நீண்ட கூந்தலைத் தேடிக்கொண்டிருந்தேன். இதற்காக கேரளா சென்று சவுரி முடிக்காரி ஒருத்தியிடம் முற்பகலில் காதல் வயப்பட்டு பிற்பகலில் காதல் தோல்வியடைந்த அனுபவமும் உண்டு. பிறகு வேலை கிடைத்து திருமணத்திற்காக அம்மா பெண் பார்க்கலாம் என்று சொல்லியபோது நான் என் விருப்பத்தைத் தெரிவித்தேன். நீளமான முடியை கொண்ட பெண்ணை தேடுவதே பெரும் சிக்கலாக இருந்தது.

பந்தநல்லூர், மணல்மேடு, காட்டுமன்னார்குடி என எங்கெங்கோ பார்த்தும் கூந்தலில் திருப்தியில்லாமல் இறுதியாக நீடூரில் அன்விதாவைப் பார்த்த பிறகே என் ஆயுள் கனவு சென்ற மாதம் நிறைவேறியது.

அன்விதாவைப் பார்த்துவிட்டு வந்ததிலிருந்தே என் அம்மாவுக்கு பெருமை பிடிபடவில்லை அக்கம்பக்கத்தினர், அடுத்த தெருவாசிகள் என எல்லோரிடமும் அன்விதாவின் அழகைக் குறித்து அரைமணி நேரமும், அவள் முடியைக் குறித்து அரைமணி நேரமும் பேசிக்கொண்டிருந்தார். கல்லூரி முதலாமாண்டு படிக்கும் என் தங்கை நீலாவோ அன்விதாவின் கூந்தலோடு தன் கூந்தலை ஒப்பிட்டு மனதுக்குள்ளேயே அளந்து அளந்து பார்த்துக் கொண்டிருந்தாள்.

மறுபடியும் சருகுகள் அசையும் சத்தம் கேட்டது. அன்விதா பயந்து என் கரத்தை வலுவாகப் பிடித்துக் கொண்டாள். தோட்டத்தில் பாம்புகள் இருந்தன. அவ்வப்போது செடிகளுக்கிடையிலோ, தண்ணீர் ஓடும் பாத்தியிலோ தென்படும். அம்மாவுக்கும், நீலாவுக்கும் பாம்பு என்றாலே பயம் இப்போது அன்விதாவும் அந்தப் பட்டியலில் அடுத்ததாக சேர்ந்திருக்கிறாள். அன்விதாவுக்கு இயல்பாகவே பயந்த சுபாவம். ஒரு பள்ளிக்கூடத்திலிருந்து திடீரென இன்னொரு பள்ளிக்கூடத்தில் மாற்றி சேர்க்கப்பட்ட சிறுமியைப் போலவே இருந்தாள். புதிய ஊர், புதிய மனிதர்கள் என புதியவை எல்லாமே அவளுக்கு அச்சமூட்டின. எங்கள் வீடு, சூழல், மனிதர்கள் என யாவும் அவளுக்கு இயல்பானதாக மாற வேண்டுமென நான் அவளோடு ஒவ்வொன்றைக் குறித்தும் உரையாடிக் கொண்டே இருந்தேன்.

திருமணமான இரண்டு நாட்களில் ஒருநாள் திரையரங்கம் சென்றிருந்தோம். திரையரங்க இருளில் எல்லோர் கண்களிலும் காட்சிகள் மின்னி அசைந்தது. நான் அன்விதாவையேப் பார்த்துக்கொண்டிருந்தேன். மணிக்கட்டு வரை நீண்டிருந்த அவள் சுடிதார் கரத்தை, என் வலது கைக்குள் வைத்து மூடிக்கொண்டேன். என் தோள் அவள் தோள் மீது உரச மெல்ல தலைகுனிந்து அவள் விழியோரமாக என்னைப் பார்த்து வெட்கத்தில் நெளிந்தாள்.

திடுமென அவள் கழுத்தை தூக்கினாள், யாரோ பின்பக்கமாக முடியைப் பிடித்து இழுப்பது போலிருந்திருக்கிறது. இப்போது அவள் சற்று முன்னகர்ந்து உட்கார, மறுபடியும் வெடுக்கென்ற இழுப்பை உணர்ந்திருக்கிறாள். இம்முறை வலியெடுத்துவிட்டதைப்

போல "ஆ.." என்று கத்தினாள். நான் சட்டென்று எழுந்து திரும்பிப் பார்த்தேன். அவளுக்கு பின் சீட்டில் உட்கார்ந்திருந்தவன்தான் ஜடையைப் பிடித்து இழுத்திருக்க வேண்டும் என்பதை யூகித்த மாத்திரத்தில் அவன் முகத்தில் 'மடேர்..மடேர்' என அடிக்கத் தொடங்கினேன்.

"லேடீஸ் மேலயா கை வைக்கிற"

"சார் நான் என்ன சார் பண்ணினேன்.. நான் ஒன்னும் பண்ணல சார்" அவனது பதிலை எதிர்பார்க்காமல் சீட்டின் மேல் ஏறி அடிக்கப் பாய்ந்த என்னை பக்கத்தில் இருந்தவர் தடுத்து நிறுத்தினார்.

"சார் அவர் பாட்டுக்கு படம் பார்த்துட்டு இருந்தாரு.. அவர ஏன் அடிக்கிறீங்க?" பெரியவர் கேட்டார்..

தலைக்கு மேலேறிய கோபம் வெடித்துக்கொண்டிருந்தது.

"சார் ஒய்ஃப் முடிய பிடிச்சு இழுக்குறான் சார்.. செருப்பாலேயே அடிக்கனும் இவன.."

அந்தப் பெரியவர் நிதானமாக சொன்னார்

"அங்க கொஞ்சம் பாருங்கய்யா.. உட்கார்ற சீட்டுக்கும் சாய்ற எடத்துக்கும் கேப் இருக்கு பாருங்க..அதில முடி மாட்டியிருக்கும்"

சட்டென்று முகம் சுருங்கி அமைதியானேன். அன்விதா என்னை உட்காரச் சொல்லி கையைப் பிடித்து அவளும் இருக்கையில் அமரும்போதுதான் ஜடை மறுபடியும் சீட்டுக்கிடையில் மாட்டிக்கொண்டிருந்தது தெரிய வந்தது.

பின்னால் திரும்பி அடி வாங்கிய நபரிடம்

"ஸாரி அண்ணா.. தெரியாம நடந்துருச்சு" என்று சொல்லிவிட்டு, அதற்குமேல் படம் பார்க்கப் பிடிக்காமல் "போகலாம்" என எழுந்தாள். நானும் அவள் மேலும் பதற்றம் அடைந்துவிடக்கூடாது என்று புறப்பட்டேன்.

வீட்டிற்கு வந்ததும் உடைமாற்றிக்கொண்டே கேட்டேன்.

"நான் தியேட்டர்ல அவன அடிச்சதும் பயந்துட்டியா?"

அவள் எதுவும் பேசாமல் சோர்ந்து அமர்ந்திருந்தாள்.

"பயப்படாத.. உன்கிட்டல்லாம் நான் கோவப்பட மாட்டேன்"

ஆசுவாசமடைந்து அவள் முகத்தில் அப்போதுதான் நிம்மதி தோன்றியது. அவள் கண்களில் இருந்த மிரட்சி அவளைக் கூடுதல் அழகாக்கிக் காட்டியது. பதற்றமடைகிற தருணங்களில் துடிக்கும் அவளது உதடுகள் மோகப் பெருமயக்கை அளித்தன. மெல்ல மெல்ல தாழ்ந்த குரலில் பேசும் அவளது வார்த்தைகள் முத்தங்களைப் பெருக்கின.

அன்விதாவை அனுதினமும் பாதாதி கேசமாக ரசித்துக் கொண்டிருந்தாலும், ஜடைக்கு மட்டும் தனியாக நேரம் ஒதுக்குவேன். நாங்கள் இருவரும் தனிமையில் இருக்கும்போதெல்லாம் ஜடையைத் தூக்கி தோளில் சுற்றி மாலைபோல் போட்டுக் கொள்வேன். பின் ஜடையை மடியில் போட்டு அதை தடவிப் பார்ப்பேன். அவள் சமைத்துக் கொண்டிருக்கும்போது ஜடை அவளது வேக அசைவுக்கேற்ப யானை வாலைப் போல அசைந்து கொண்டிருக்கும். அதை எடுத்து ஒரு செல்லப்பிராணியைத் தூக்கிக் கொஞ்சுவது போல கொஞ்சுவேன்.

தனியே இருக்கும்போதும், வெளியே அழைத்துப் போகும்போதும் அவளை தைரியமாக இருக்கச் சொல்வேன். அவள் அந்தக் கணத்தில் 'சரி' என்று தலையாட்டுவாள் ஆனால் அடுத்த நிகழ்விலேயே அச்சப்படுவாள்.

கரப்பான் பூச்சிகளும், பல்லிகளும் அவள் கண்களுக்கு பெரும்பூதங்களாய் மிரட்டிக் கொண்டிருந்தன. அச்சத்தில் கத்துவதும் அவள் உள்ளங்கையை தொட்டு நான் ஆறுதல் அளிப்பதும் தொடர்ந்தது.

அன்று மாடியில் தூங்கிக்கொண்டிருந்தேன். கீழே கூச்சலும் கூக்குரலுமாக சத்தம் கேட்க, மாடியிறங்கி வந்தேன். அம்மாவும், நீலாவும் கொல்லைப்புற வாசற்படியிலேயே நிற்க, ஈரத்தோடு பாவாடை மக்கிட்டு கட்டிக்கொண்டு குளிக்கத் தயாரானவளாய் நின்றுகொண்டிருந்தாள் அன்விதா. அவள் கண்களிலும்,

நடுங்கிய கரங்களிலும் அச்சம் படர்ந்திருந்தது. இமைகளின் விளிம்பில் கண்ணீர்த்துளிகள் மின்னியது.

"என்னாச்சு?".

"பாத்ரூம்ல பாம்பு... பாம்ப பாத்தேங்க"

நான் ஓடிச்சென்று குளியலறையைப் பார்த்தேன்.. அவர்கள் போட்ட சத்தத்தில் பாம்பு அப்போதே சென்றிருக்க வேண்டும். நான் பார்க்கும்போது பாம்பின் எந்தத் தடமும் இல்லை. குளியலறைக்குப் பக்கத்தில் ஓடும் சாக்கடை ஓரத்தில் பாம்பு ஊர்ந்ததற்கான தடம் தெரிந்ததாக அம்மா தெரிவித்தார். அப்படியெனில் இந்நேரம் தோட்டத்தில் ஏதேனும் புதருக்குள் சென்று மறைந்திருக்கும்.

அன்விதா கதவு ஓரத்திலேயே நின்றுகொண்டிருந்தாள்..

"அங்க எதுவுமே இல்லை.. எங்க இருந்தது பாம்பு?"

"தண்ணி மொண்டு ஊத்திக்கும்போது பாத்தேன் சீலிங் பைப்ல இருந்துச்சுங்க.

தழுதழுத்த குரலில் அவள் சொல்லும்போது அவள் எப்படி ஓடி வந்திருப்பாள் என்று நினைத்துப் பார்த்தேன். ஒரு கணம் எனக்கு சிரிப்பு மின்னி மறைந்திருந்தது. அதை அன்விதா பார்த்துவிட்டாள். சடாரென அவள் முகம் மாறியது, தளர்ந்த முகத்தசைகள் இறுகின. விறுவிறுவென்று அங்கிருந்து அறைக்குச் சென்று படுத்துக்கொண்டாள்.

அன்விதாவின் முகத்தை அழுகைச் சிவப்பாக்கியிருந்தது. கண்ணீரைத் துடைத்துவிட்டு அவள் தலையைத் தூக்கி மடியில் வைத்துக்கொண்டேன். விசும்பல் ஒலியை கட்டுப்படுத்திக்கொண்டாள்.

"பயப்படக்கூடாது செல்லம். எல்லாத்துக்கும் இப்டி பயப்படுவாங்களா?"

அவளிடமிருந்து எந்தச் சத்தமும் இல்லை. அவள் கன்னத்திலும், காதிலும் முத்தமிட்டேன். வியர்வை மணம், முத்தங்களை மேலும் பெருக்கெடுக்கச் செய்தது.

ஒரு வாரத்தில் அலுவலகப் பணி காரணமாக பெங்களூரு செல்ல வேண்டியிருந்தது. திருமணமாகி முதன்முறையாகப் பிரிந்திருந்த இரவுகளில் அன்விதாவின் நினைவிலேயே அமிழ்ந்திருந்தேன். அவள் தொலைபேசியில் கொடுக்கும் முத்தங்களில் விழிப்பு கொள்ளும் மனம் உடனடியாக அவளைப் பார்க்கத் துடிக்கும்.

அம்மா தொலைபேசியிருந்தாள்.

“தம்பி அன்விதா ரொம்ப பயந்துருக்காடா...”

“ஏன்மா மறுபடியும் பாம்பு வந்துச்சா?”

“இல்லப்பா அன்னைக்கு கட்டிலுக்குக் கீழ உன் பெல்ட் கெடந்துருக்கும்போல அதப் பாம்புன்னு நெனச்சு பயந்து அலறி ஒரே சத்தம்.. ”

“ஐயோ அம்மா.. அவளப் பாத்துக்கம்மா.. அடுத்த வாரம் வந்துடுவேன்..”

“சரிடா தம்பி நாங்க பாத்துக்குறோம்.. ஆனாலும் நீ அவளுக்குப் பேசி ஆறுதல் சொல்லு”

அம்மா போனைத் துண்டித்ததும்,அடுத்த நிமிடமே பெங்களூரில் இருந்து பனம்பள்ளியில் போய் அன்விதாவின் முன் குதிக்க வேண்டும் போலிருந்தது. இந்நேரம் எப்படி பயந்துகொண்டிருப்பாளோ உடனே அவளுக்கு அழைத்தேன்.

“அன்வி.. நீ எதுக்கும் பயப்படாத நாளைக்கே ஒரு ஆள்கிட்ட சொல்லி தோட்டத்த சுத்தமா செதுக்கச் சொல்லிடுறேன்.

அவள் எதிர்முனையில் எதுவும் பேசவில்லை.

“நான் வர்ற வரைக்கும் ரூம்ல உள்ள ரெண்டு ஜன்னலையும் தெறக்க வேண்டாம்ப்பா.. நான் வந்ததும் தெறந்துக்கலாம்.. ஒனக்கு பயம்மா இருந்திச்சின்னா அம்மா, நீலாவோட போய் படுத்துக்கம்மா”

அவளுடைய ‘ம்’ மிக மெதுவாகக் கேட்டது.

பயணம் முடிந்து வீட்டிற்கு வந்தேன். ஆட்டோவிலிருந்து இறங்கும்போது வீட்டு வாசலில் பெரியவர்கள், இளைஞர்கள்,

சிறுமியர் என வெவ்வேறு வயதுக்காரர்கள் புன்னை மரத்தைச் சுற்றி குவிந்திருந்தனர். நான் கூட்டத்தினுள் புகுந்து தரையைப் பார்த்தபோது முகத்தில் மின்சாரம் பட்டது போலிருந்தது. ஆறு அடிக்கும் குறையாத நாகம் தேர் வடமென நீண்டு கிடந்தது. அதன் தலைப்பகுதி சிதைந்து, நசுங்கி ஏதோ மிருகம் குதறி போட்ட மிச்சம் போல கிடந்தது. நான் இதுவரைக்கும் இத்தனை நீளமான பாம்பைப் பார்த்ததில்லை.

இன்னும் மீளாத அதிர்வில் திண்ணைப்படியில் குந்தியிருந்த அம்மா என்னைப் பார்த்ததும் விண்ணை நோக்கி கும்பிட்டு

“அம்மா.. மாரியாயி தப்பு நடந்து போச்சி.. என் குடும்பத்து மேல தோசம் படாம காவந்து பண்ணும்மா” என்று பிலாக்கணம் வைத்தாள்.

நீலாவின் கண்களில் இன்னும் மீளாத அதிர்ச்சியிருந்தது. ஆனாலும் என்னைப் பார்த்தவுடன் வலிந்து புன்னகைக்க முயன்றாள்.

உள்ளேயிருந்து வெளிப்பட்ட எதிர்வீட்டுக் கிழவிதான் சொன்னாள் “தம்பி, அத்தே பெரிய பாம்ப உம்பொண்டாட்டி அடிச்சிட்டாடா”.. அருகில் நின்று கிழவி என்னிடம் கூறிக்கொண்டிருந்தது ஆழக் கிணறிலிருந்து கேட்பதைப் போலிருந்தது. நான் காதுகளைக் கூர்மையாக்கி கவனத்தோடு அவள் கூறிய வார்த்தைகளை தொகுத்துக் கொண்டேன்.

‘உன் சம்சாரம் நெல்ல தைரியசாலிப்பா’ என்று சொல்லிவிட்டுக் கிழவி இரண்டு கைகளாலும் என் முகத்தை வழித்து நெட்டி முறித்தாள். எனக்கு அந்தச் சத்தமே தலை அதிர்வதுபோலக் கேட்டது.

அடுத்தடுத்து வந்த தெருவினர் பலரும் வந்து கிழவி கூறியதையே வரி மாறாமல் பிரதியெடுத்துச் சொல்லிச் சென்றார்கள். எனக்கு குழப்பமாக இருந்தது. ஒரு ஆள் தனியாக அடித்தது போலில்லை அந்தப் பாம்பு. இரண்டு மூன்று பேர் அடித்திருக்க வேண்டும். சிறு வயதில் எங்கள் பெரிய தாத்தா வீட்டு குதிருக்குள் இருந்த ஒரு பெரிய நாகத்தை அடிப்பதற்காக பத்து பேர் அலக்குக் கம்பும்,

மண்வெட்டிக் காம்புமாக நின்றது இப்போதும் நினைவில் இருக்கிறது. இந்தப் பாம்பும் அதே அளவில் இருக்கிறது. ஒருவரால் அடிபட்டிருக்க வாய்ப்பே இல்லை.

இளைஞர்களும், சிறுவர்களும் இறந்து கிடந்த நாகத்தை தங்கள் கைபேசியில் புகைப்படம் எடுத்துக் கொண்டிருந்தார்கள். இரண்டு பெரியவர்கள் பாம்பைப் புதைக்க குழி தோண்டிக் கொண்டிருந்தார்கள். குழியில் ஊற்ற ஒரு செம்பு பாலும், சில்லறைக் காசுகளும் அண்டை வீட்டுக்காரரர் எடுத்து வந்தார்.

என்னால் வெளியே அங்கே அதற்குமேல் நிற்க முடியவில்லை. கால்கள் பூமியில் பாவ மறுத்தன. தோளில் தொங்கிய பை, யாரோ ஆள் ஏறி தோளில் அமர்ந்ததைப் போல கனத்தது. அதை அங்கேயே கீழே விட்டு வீட்டுக்குள் நுழைந்தேன்.

எங்கள் அறையின் எல்லா ஜன்னல்களும் திறந்திருந்தது. கையை தலைக்குக் கொடுத்து அன்விதா கட்டிலில் சாய்ந்து படுத்திருந்தாள். பின் கழுத்து முழுமையாகத் தெரிய உச்சியில் முடியை அள்ளிக் கொண்டை போட்டிருந்தாள், அது அவள் தலைமீது இன்னொரு தலையை எடுத்து வைத்ததைப் போலிருந்தது. இந்தக் கொண்டை போடும் ஸ்டைல் எப்போதுமே எனக்கு மனதுக்குப் பிடித்தமானது அவளைப் பின்னால் சென்று அணைத்தேன். காலில் எதுவோ பட படுக்கையில் அவளுக்கு அருகில் என்னுடைய பெல்ட் நெளிந்து கிடந்தது.

“பெல்ட்ட பாத்து நீ பயந்தன்னு அம்மா சொன்னாங்க.. எடுத்து ஓரமா வைக்கலாம்ல”

“நாந்தாங்க பெட்ல போட்டு வெச்சிருக்கேன்”

மனம் குழம்பி தவித்தது. பயந்ததாக அம்மா போனில் தெரிவித்தாளே?

“ஆமா யாரு பாம்ப அடிச்சது?”

“நாந்தாங்க அடிச்சேன்..”

“அம்மா, நீலா எல்லாருமே பாத்தாங்களா?”

“இல்ல.. நான் அடிச்சதுக்கப்புறம்தான் அவங்க வந்து பாத்தாங்க”

“நீ சத்தம் போட்டு யாரும் வரலயா ?..”

“இல்லங்க.. நான் சத்தமே போடல”.

அவள் சொன்னது எனக்குக் கேட்கவில்லை. மறுபடியும் அவளிடம் பதிலை எதிர்பார்ப்பதைப்போல அவள் வாயையே பார்த்தேன்.

“பாம்பப் பாத்து நான் சத்தம் போடலங்க” மீண்டும் திருத்தமாகக் கூறினாள்.

இறந்து போன அந்தப் பாம்பின் உருவைப் பார்க்கவே அச்சம் வயிற்றைக் கவ்வியது. இவள் எப்படி அடித்திருப்பாள்? உலக்கை அளவு தடிமனாக இருந்த அதை எத்தனை விசையோடு அடித்திருந்தால் அது அப்படி சிதைந்திருக்கும்?.. அச்சம் என் அடிவயிற்றை பற்றி இழுத்தது.

இரவு ஒருக்களித்துப் படுத்திருந்தேன். அன்விதா பின்னாலிருந்து வந்து இறுக அணைத்துக் கொண்டாள், பூச்சரம் என் தோள்மீது வந்து விழுந்தது. மல்லிகை வாசனை மூக்கில் நெடியேற்றியது. எனது சட்டைப் பித்தான்களுக்கிடையே நுழைந்து மார்பு முழுக்க அவளது கை ஊர்ந்து அளைந்தது. உடல் கூசியது. அவள் தொடுவதும், முத்தமிடுவதும் அசூயையை உண்டாக்கியது. அதை வெளிக் காட்டிக்கொள்ளாமல் அவளது கையை எடுத்துவிட்டு ஒதுங்கிப் படுத்தேன். எனது ஆர்வமின்மை அவளுக்கு ஏமாற்றத்தை அளித்திருக்க வேண்டும். எதுவும் பேசாமல் திரும்பிப் படுத்துக் கொண்டவள், சற்று நேரத்தில் உறங்கிப்போனாள்.

பெரிய பாறாங்கல்லைத் தூக்கி தலையில் வைத்திருப்பதைப் போல இரவின் பாரம் என்னை அழுத்தியது. தூக்கம் வராமல் புரண்டுகொண்டே இருந்தேன். கண்கள் இரண்டும் காந்தலாக எரிந்தது.

எப்போது கண்களை மூடினேன் எனத் தெரியவில்லை விழித்துப் பார்த்தபோது விடிந்திருந்தது. குளித்துவிட்டு வந்தவுடனே அன்விதாவிடம் பேச நினைத்தேன்.

அன்விதா சமையலறையில் சில்வர் பாத்திரத்தில் ஊறவைத்திருந்த நெல்லிக்காய் அளவு புளியைக் கரைத்துக் கொண்டிருந்தாள்.

"அன்வி... வழக்கமா பாம்புன்னு சொன்னாலே பயப்படுவ.. பெல்ட்ட பாத்தாலே பயப்படுவியே.. அப்றம் எப்டி ?"

அவள் உடனே பதில் சொல்லக்கூடாது என்று நினைத்தேன். அவள் கரைப்பதில் மும்முரமாக இருந்தாள், ஒரு சிறு இடைவெளி விட்டு என்னுடைய "ம்.." க்கு பிறகு தொடங்கினாள்..

"எதுக்கு பயப்படுறோமோ.. அது கூட பழகிட்டோம்னா தைரியம் தானா வந்துரும்.. நான் அதைத்தாங்க செஞ்சேன்"

அவள் ஏதோ பொடி வைத்துப் பேசுவது போலிருந்தது. ஆனாலும் அவள் பதிலுக்குள் கலந்திருப்பது என்னவென்பதைப் புரிந்துகொள்ள முடிந்தது.

அதற்குமேல் அங்கிருக்க முடியாமல் வராத தொலைபேசி வருவதாகச் சொல்லி அவ்விடத்திலிருந்து செல்லவேண்டுமென நினைத்தேன்புளி பாத்திரத்திலிருந்த நீர் முழுக்க கருமையாகியிருந்தது.

தண்ணீர் குடிக்க பாத்திரத்தை எடுத்தேன். எனக்கு வழிவிட அவள் மாறி நின்றாள் மார்பின் ஓரத்தில் தோளைத் தொட்டுக்கிடந்த அவளது ஜடையின் முனை இப்போது புளிக்கரைசல் பாத்திரத்தில் பட்டுவிட்டது. குருதியெல்லாம் திரண்டு தலைக்கேறியது கோபம்..

"ஏய் அறிவில்ல.. சமைக்கிற பாத்திரத்துல முடி படுது"

எதிர்பாராமல் தலையில் குட்டுபட்டதைப்போல பதறிவிட்டாள்

"அய்யோ.. இல்லங்க.. தெரியாம பட்டுடுச்சுங்க.."

"என்னா மயிர தெரியாம பட்டுடுச்சு.. சமைக்கும்போது சுத்தபத்தமா பாத்து செய்யனும்னு ஒங்க வீட்ல எதுவும் சொல்லித் தரலையா ?

சட்டென அவள் கண்கள் உடைந்து இமை மயிர் பளபளத்தது.. அதைப் பார்த்ததும் எனக்கு மேலும் பொட்டுக்குழியில் தெறித்தது..

“ஏய் என்ன சொல்லிட்டாங்க இப்ப.. ஒடனே கண்ண பொத்து உடற.. செய்யறத சரியாச் செய்யுன்னு சொன்னேன்” என்று சொல்லிவிட்டு அங்கிருந்து நகர்ந்தேன்.. விசும்பல் சன்னமாகக் கேட்டது.

அலுவலகத்தில் அன்று வேலையில் கவனம் குவியவில்லை கணிணி திரையையேப் பார்த்துக்கொண்டிருந்தேன். சென்ற சில நாட்களாக முடிக்காத வேலைகள் குவிந்து போனது. மேலாளரிடமிருந்து இண்டர்காமில் அழைப்பு வந்தது.

உள்ளே நுழைந்ததும் அவரைப் பார்த்துப் புன்னகைத்தேன். அவர் சட்டென்று லேப்டாப்பைப் பார்த்தார். மேலாளர் கடுமையான கோபத்தில் இருப்பது முகத்தில் தெரிந்தது. வேலையைக் குறித்த நேரத்தில் முடிக்காததால் ஆங்கிலக் கெட்டவார்த்தைகளைக் கலந்து திட்டத் தொடங்கினார்.

மனம் முழுவதும் அன்விதாவே நிறைந்திருந்தாள். செடி மரம் எதுவுமில்லாத பாலையில் இருவரும் முன்னேயும் பின்னேயும் நடக்கிறோம். நான் எதுவோ கேட்கிறேன். அவள் ஜடையைத் தூக்கி பின்னால் போட்டுக்கொண்டு நடந்துகொண்டே இருக்கிறாள். நான் அவளைத் துரத்துகிறேன். மணலில் என் கால்கள் சிக்கிக் கொள்கிறது. ஆனால் கொலுசு சத்தத்தோடு அவள் தொடர்ச்சியாக நடந்து கொண்டேயிருக்கிறாள். தூரத்தில் நின்று என்னைப் பார்த்துச் சிரிக்கிறாள். நான் சொல்வதை அவள் காதில் வாங்கிக் கொள்ளவில்லை.. எத்தனை திமிர்.. எக்காளச் சிரிப்பு வேறு.

“மிஸ்டர் மோகன்... சொல்றது கேட்டுச்சா? மோகன்... உங்களத்தான்”

உலுக்கப்பட்டதும் உணர்வுக்கு வந்தேன்..

“சார்.. சாரி சார்.. இனிமே அப்டி நடக்காம பாத்துக்குறேன் சார்”

மேலாளரின் முகம் சுருங்கியது.. மூக்கின் நுனியிலிருந்த கண்ணாடி அவர் முகத்தை மேலும் கோபமாக்கிக் காட்டியது..

“யோவ்.. வேலையே நடக்கலன்னு சொல்லிக்கிட்டு இருக்கேன்.. நடக்காம பாத்துக்கிறேன்னு சொல்ற?. எந்த உலகத்துல இருக்குற நீ?”

“நூறு ஸாரிகள் சொல்லிவிட்டு, என் இருக்கையில் வந்து அமர்ந்தேன். கீ போர்ட் பட்டனைத் தட்டியதும் கணிணித் திரையில் அன்விதாவின் படம் ஒளிர்ந்தது. வைத்தீஸ்வரன்கோவில் சித்தாமிர்த குளத்தில் அவள் திரும்பி நின்றபடி இருக்கும் புகைப்படத்தை முகப்புப் படமாக வைத்திருந்தேன். அதை பார்க்கப் பார்க்க குளத்து நீரின் வெம்மை கண்ணைக் கூசியது. தூக்கமில்லாமல் தலைவலியில் நரம்புகள் தெறித்து, பின் கழுத்து சுறுக் சுறுக் கென்று வலித்தது, நாற்காலியில் காலை நீட்டி சாய்ந்து அமர்ந்து பார்த்தேன். உடல் முழுக்க வலி பரவியது. கண்ணை மூடி அப்படியே உறங்க வேண்டும். மனதுக்குள் எதுவோ உடைபடும் சத்தம் சதா கேட்டுக்கொண்டே இருந்தது.

கணிணியில் வெளிச்சத்தைக் குறைத்து, திரையில் முகப்புப் படத்தில் ஓடும் குதிரையின் படத்தை மாற்றி வைத்தேன். தசைகள் திமிற, புழுதியைக் கிளப்பிக்கொண்டு ஓடும் புரவி, மனதுக்கு புதுத் தெம்பை அளித்தது. காற்றில் பறக்கும் குதிரையின் வால் அன்விதாவின் முடியை நினைவுபடுத்துகிறது. தலையை உதறிக்கொண்டு நினைவைக் கலைக்க முயன்றேன். ச்சை.. தலையைப் பிய்த்துக்கொள்ளலாம் போலிருந்தது.

அன்றைக்கு அலுவலகத்திலிருந்து தாமதமாகத்தான் புறப்பட்டேன். வீட்டுக்கு வந்தவுடனே உறங்க வேண்டும் எனத் தோன்றியது. படுத்தவுடனே உறங்கிவிட்டேன். இரவு புரண்டு படுக்கும்போது முழங்கையில் எதுவோ தட்டுப்பட்டது தொட்டுப் பார்த்தேன். வழு வழுவென்று இருந்தது, ஊர்ந்து கைகளுக்குள் நழுவி போய்க்கொண்டிருந்தது.. நாகம்.. என் கையைத் தழுவிக்கிடந்தது. சட்டெனக் கையை உதறி திடுக்கிட்டு எழுந்தேன். முகத்தில் உஷ்ணம் பரவியது. அருகிலிருந்து அலைபேசியை எடுத்து அதன்மீது டார்ச்சை அடித்தேன். நாகத்தைப்போல சீறும் மூச்சொலியோடு அன்விதாவின் ஜடை வளைந்து கிடந்தது. அவள் படுக்கையில் அசையும்போதெல்லாம் ரத்த ஓட்டம் பாய்கிற பாம்பாகத்

தெரிந்த ஜடையும் அசைவதைப் பார்க்கும்போது உடல் நடுங்கியது. ரோமக்கால்கள் குத்திட்டு நின்று, உதடுகள் துடித்து, கண்ணீர் கட்டி நின்றது. அச்சத்தில் உடல் முழுக்க வெப்பம் கூடி கட்டிலிலிருந்து கீழிறங்கி தனியே படுத்திருந்தேன். நெடுநேரமாக தூக்கமில்லாது வெளியே வந்து ஹாலில் இருந்த சோபாவில் அமர்ந்தபடியே விடியற்காலையில் உறங்கினேன்.

மறுநாள் சாப்பிட தரையில் அமர்ந்திருந்தேன். அன்விதா உணவுப் பாத்திரங்களை எடுத்து வைத்துக்கொண்டிருந்தாள். குனிந்து தட்டில் சாதத்தை சரிய விட்டு, குழம்பை ஊற்ற சட்டென முகத்தில் எதுவோ சாட்டை போல வந்து விழுந்தது உடலில் மின்னல் வெட்டியது போல அதிர்ச்சியில் பயந்து பின்னால் சென்று விழுந்தேன். பாத்திரங்கள் கால் பட்டு உருண்டு ஓடின, குழம்பும், சாதமும் சிதறியது. விழுந்த என்னைப் பார்த்து பதற்றத்தோடு வந்து தூக்கினாள். அவள் முகத்தில் சிரிப்பு எட்டிப் பார்க்கிறதா என்று உன்னித்துப் பார்த்தேன். எழுந்து நின்று வேட்டியை இறுகக் கட்டிக்கொண்டு அவளிடம் தீர்மானமாகச் சொன்னேன்

“அன்விதா உன் முடிய பாதியா வெட்டிடு.. சாப்பாட்டுல பட்டுக்கிட்டே இருக்கு..”

நான் கூறியதற்கு பதில் எதுவும் சொல்லாமல் நடந்து போய்க்கொண்டிருந்தாள். ஆனால் அவள் முகத்தில் சிரிப்பு தோன்றுவதை, அசையும் அவளது ஜடையிலேயே என்னால் பார்க்க முடிந்தது.

தம்பொருள்

தொடும் தூரத்தில் எதிரில் ஆள் வந்தால் முகம் தெரியும் அளவிற்கு நிலவு வெளிச்சம் அடித்தது. கார்த்தியைக் கையில் பிடித்துக்கொண்டு மணக்குடி வாய்க்காலைக் கடந்து வவ்வால்கள் நிறைந்த இலுப்பைத் தோப்பு வழியாக கல்லிலும் முள்ளிலும் நடந்து ஊருக்குள் நுழைந்தாள் இந்திராணி.

"எம்மா இன்னும நம்ப அப்பா வீட்டுக்கு போவ மாட்டமா ம்மா?"

இந்திராணியின் முகத்தைப் பார்த்துக் கேட்டான் கார்த்தி.

"இதுக்கப்புறம் நம்ப தாத்தா ஊர்லதான் இருக்கப் போறோம்" என்று

அவள் சொன்னதைக் கேட்டவுடன் கண்கள் மின்ன சந்தோஷத்துடன் தலையை உயர்த்தி அம்மாவைப் பார்த்துக்கொண்டே உற்சாகத்துடன் நடந்தான்.

படலைத் திறந்துகொண்டு தெருவாசலை

அடையும்போது வாசலில் மின்விளக்கு ஒளிர்ந்தது. கணவனிடம் சண்டை போட்டுவிட்டு, குழந்தையுடன் தகவல் எதுவுமின்றி திடீரென வந்திருப்பவள் சொல்வதையெல்லாம் கேட்டு அண்ணனும், தம்பியும் நரம்புகள் புடைக்கத் துடித்தார்கள். அவர்களது முகத்தில் உடன்பிறந்தவளுக்கான கரிசனை தெரிந்தாலும்.. உள்ளூர அவள் நிரந்தரமாக இங்கேயே தங்கிவிடுவாளோ என்ற அச்சமும் இருந்தது.

“ஒரு குடுத்தனக்காரி தாலிய கழட்டி புருஷன் மூஞ்சில உட்டேறிஞ்சிட்டு பச்சப் புள்ளைய ராவுன்னு பாக்காம இழுத்துக்குட்டு.. இப்டி மொழுக்கட்டையா வந்து நிக்கிறியேடி” என்று இந்திராணியை பார்த்து தலையில் அடித்துக்கொண்டு பெருங்குரலெடுத்து கத்தினாள் அண்ணி.

பசியால் உறங்கிப் போயிருந்த பிள்ளையைப் பக்கத்தில் போட்டுக்கொண்டு தூக்கம் வராமல் மோட்டுவளையை வெறித்திருந்த இந்திராணியின் விழிகளிலிருந்து கண்ணீர் வழிந்து காதுகளில் நுழைந்தது.

தன் இறுதி காலத்தில் அப்பா தங்கியிருந்த தெருவின் கிழக்குப் பக்கம் இருக்கும் நாற்றாங்கால் கொட்டகையிலேயே தானும் தன் பிள்ளையும் தங்கப் போவதாக இந்திராணி அவர்களிடம் திண்ணமாக தெரிவித்தாள். அதைத் தவிர அவர்களிடம் பேசுவதற்கு வேறெதுவும் இல்லை என்பதைப் போல அமைதியாக இருந்தாள்.

கோழி அடைப்பதற்காக கட்டப்பட்டது அந்தக் கீற்றுக்கொட்டகை, இந்திராணியின் அப்பா தென்னை மரத்திலிருந்து கீழே விழுந்து இடுப்பெலும்பு முறிந்து படுத்த படுக்கையான பின் அவரின் தங்குமிடமாக மாறியிருந்தது. அவரது மறைவுக்குப் பின் மூங்கில் கழியால் பரண் கட்டி விறகும், வரட்டியும் அடுக்கி வைத்திருந்தார்கள்.

கொட்டகையில் நாற்புறமும் மண்சுவர் எழுப்பி ஒரு குண்டு பல்பும், மின்விசிறியும் மாட்டியபிறகு இருவர் தங்கும் அளவிற்கான வீடாக மாறியது.

ஒரு வாரம் கழித்து அண்ணனும் தம்பியும் இந்திராணியின் கணவனைப் பார்த்து சமாதானம் பேசுவதற்காக சென்றார்கள். அவன் தன் தளர்ந்த உள்ளொடுங்கிய உடலை நிமிர்த்தி உட்கார்ந்து.. போதையில் சிவந்த கண்களை உருட்டி, மீசையை நீவியபடி "என் வூட்ல நாயும் பூனையும் திங்கவே வேணுங்கறது கெடக்கு.. சரி போய்த் தொலையுது.. அவளை வேணும்னா வரச் சொல்லுங்க.. எனக்கு எந்த பிரச்சினையும் இல்ல.." என்று பெருந்தன்மையோடு சொல்வதைப்போல சொன்னான். அவன் தன் தங்கையை திரும்பவும் உடன் வைத்து வாழ ஒத்துக்கொண்டதும் இருவரும் மிகவும் மகிழ்ச்சியடைந்தார்கள்.

அண்ணன் வந்து இதைச் சொன்னதும் அவனோடு இனிமேல் சேர்த்து வாழப்போவதில்லை என்று இந்திராணிதான் பிடிவாதமாக மறுத்துவிட்டாள்.

கார்த்தியை இரண்டு கிலோ மீட்டர் தொலைவில் இருக்கும் மொழையூர் தொடக்கப் பள்ளியிலேயே இரண்டாம் வகுப்பு சேர்த்தாள். கார்த்திக்கு ஊர்விட்டு ஊர் மாறி வந்த பிறகு அங்கிருக்கும் பையன்களுடன் சேர்வதற்கு ஒரு தயக்கம் இருந்தது. ஆனால் ஏற்கனவே கோடை விடுமுறைக்குப் பாட்டி வீட்டுக்கு இங்கே வரும்போதெல்லாம் உடன் விளையாடும் பக்கத்து வீட்டு ராஜூ நண்பனாகக் கிடைத்திருந்தான். பள்ளி விட்டு வந்ததும் பையன்கள் விளையாடுவதற்காகக் கூடும் இடத்திலிருந்து குரல்கள் கேட்க ஆரம்பித்தவுடன் அவனுக்கு கால்கள் பரபரக்கத் தொடங்கும். பேருக்கு வீட்டுக்குள் நின்றிருப்பானேத் தவிரே அவன் மனம் என்னவோ கோயில் மதில்சுவரின் மீது மற்ற சிறுவர்களோடு சென்று அமர்ந்திருக்கும்.

பையன்கள் விளையாடும்போதெல்லாம் ராஜூதான் கார்த்தியை அழைத்துச் சென்று ஆட்டத்தில் சேர்த்துக்கொள்ளச் சொல்வான்

"ஆளூ.. இவன் நம்ப வெள்ளையன் தாத்தா வூட்டுப் பேரண்டா இன்னும நம்ப ஊர்லியேதாண்டா இருக்கப்போறானாம்.. நம்ப பள்ளியோடத்துலதாண்டா சேந்துருக்கான்.. இவனியும் நம்ப ஆட்டத்துல சேத்துக்குலாம்டா" என்று அவர்களிடம் இறைஞ்சும் குரலில் கார்த்திக்காகப் பரிந்துரை செய்வான். அவர்களில் ஒரு

சிலர் சம்மதித்தாலும் ஒரு சிலர் அரைமனதுடன் சம்மதிக்காமல் இருப்பது கார்த்திக்கு தர்மசங்கடமாக இருந்தது. ஆரம்பத்தில் அவர்கள் தயங்கினாலும், அனைத்து விளையாட்டுகளையும் சிறப்பாக ஆடிய கார்த்தியை நாளடைவில் எல்லோருக்குமே பிடித்துப் போனது. ஒவ்வொரு ஆட்டத்திற்கும் உத்தி பிரியும்போதும் கார்த்தி தங்கள் அணிக்கே வர வேண்டும் என்று விரும்பினார்கள். இதனால் உத்தி பிரிவதற்கு முன் என்ன சொல்லி உத்தி கேட்க வேண்டுமென்று அவனது செவிகளில் கிசுகிசுப்பார்கள். அவனது தனிப்பட்ட நண்பனாக மாறுவதற்கு அவனுக்கு தின்பண்டங்களைக் கொடுத்தும், தங்கள் சைக்கிள்களை ஓட்டத் தந்தும் அவனோடு நெருக்கத்தைப் பேணிக்கொண்டார்கள்.

அன்று பள்ளிக்கூடம் விட்டு கார்த்தி வீட்டிற்கு வந்ததும். புத்தகப் பையை வைத்துவிட்டு அம்மாவைத் தேடினான். இந்திராணி கொல்லைப்பக்கமாக நின்று தெருவையே பார்த்துக்கொண்டிருந்தாள். வெளியே கிளம்புவதற்கு தயாரானவளைப் போல புதுப்புடவை கட்டியிருந்தாள். நேர்த்தியாக தலையைப் பின்னி மல்லிச்சரம் சூடி முன்னே போட்டிருந்தாள். பவுடர் மணம் தூரத்திலிருந்தே அவனது நாசியை எட்டியது. அம்மா இன்று புத்தம் புதியவளாய் இருப்பதைப் பார்த்து கார்த்தியின் கன்னங்களும், கண்களும் விரிந்தது.

அவள் பார்வை யாரையோ எதிர்பார்ப்பதைப்போல கருவிழிகள் இடமும் வலமுமாக உருண்டுகொண்டிருந்தன.

"ஏன்ம்மா இங்க வந்து நிக்கிற..?"

கார்த்தி கேட்பதைக் கவனிக்காத அவளின் கவனம் தெருவை நோக்கியே இருந்தது.

"மாயாரத்துக்கு போறியாம்மா?"

ஆவலோடு கேட்டான்.

"இல்லடா" சொல்லிவிட்டு சத்தம் வராமல் சிரித்தாள். அவளையே ஒரு கணம் பார்த்துக்கொண்டிருந்தவன்,

"பசிக்கிது வந்து சோறு போடும்மா" சோர்ந்த குரலில் அவன் அப்படிக் கேட்டதும் ஒருகணம் அவளுக்கு முகம் மாறியது. அவனது தலையைக் கோதிவிட்டு உள்ளே சென்று ஈய பானையிலிருந்து சோறிட்டு அவன் முன்னே தட்டை நகர்த்தி வைத்தாள். எதையோ நினைத்தபடி இருந்தவளுக்கு இதழோரத்தில் திரும்பத் திரும்ப புன்னகை தோன்றிக்கொண்டே இருந்தது..

"என்னாம்மா.. சிரிக்கிற?"

"ஒன்னுமில்ல.. நீ மளமளன்னு சோத்த தின்னு"

இப்போது தலையைத் தாழ்த்தி புன்னகைத்தாள். அவளது உடலசைவே அவள் இன்னும் சிரித்துக்கொண்டிருப்பதைக் காட்டியது.

கார்த்தி அவளை ஒரு முறை பார்த்துவிட்டு சோற்றை அள்ளி சாப்பிட்டு ஒரு வாய் தண்ணீர் குடித்தான்.

அப்போது வாசலில் டிவிஎஸ் எக்ஸெல் வண்டி வந்து நிற்கும் சத்தம் கேட்டது. திடுக்கென எழுந்து வாசலை நோக்கி ஓடினாள். வெள்ளை வேட்டி, வெள்ளை சட்டையும் இடது கையில் தங்க நிற கடிகாரமும், நெற்றியில் சிறிய சந்தனத் தீற்றலும், மேலுதட்டை முழுக்க மறைத்த அடர்ந்த மீசையும், ஏற்றி சீவப்பட்ட தலையுமாக இருந்தார் கந்தவேல். சிவந்த சிரித்த முகத்தில் கண்களின் மேல் வளைந்திருந்த அவரது புருவங்கள் சின்னஞ்சிறிய கதிர் அரிவாளை எதிர் எதிரில் வைத்ததைப் போல அத்தனை அழகாக இருந்தது.

இந்திராணி அவரைப் பார்த்து மலர்ந்த முகத்துடன் "வாங்க.. வாங்க" எனக் கூப்பிட்டுவிட்டு ஒருமுறை தெருவில் யாராவது பார்க்கிறார்களா என இருபுறமும் பார்த்துக்கொண்டாள். சோற்றுக் கையுடன் அம்மாவின் பின்னாலேயே வந்து நின்றான் கார்த்தி.

அவர் இவனைப் பார்த்து சினேகத்துடன் சிரித்துக்கொண்டே உள்ளே நுழைந்தார். அவரது கையிலிருந்த பாலிதீன் பையில் நீண்ட பிஸ்கட் பாக்கெட்டுகளும், காராச்சேவும், இலையில்

சுற்றிய முல்லையரும்பும் இருந்தன. கார்த்தியின் கண்கள் ஒருமுறை அவர் கையிலிருக்கும் பையை தொட்டு மீண்டது.

அவர் அவனது தோளைத் தொட்டு ”ஒக்காந்து சாப்டுப்பா” என்று சிரித்த முகத்துடன் சொன்னார். அவரது பேச்சில் இருந்த வாஞ்சை அவனை அமர வைத்தது.. மெல்லிய தயக்கத்துடன் ஒன்றை எடுத்து சாப்பிட்டான். அவர் கையிலிருந்த பொன்னிற கடிகாரமும் அதன் பளபளப்பும் வசீகரித்தது. உதடு பிரிக்காமல் அவர் சிரிப்பது அவனை மேலும் கவர்ந்தது.

அவனுக்கு, அவரை ஒருமுறை அருகில் சென்று தொட்டுப் பார்க்க வேண்டும் போலிருந்தது. சாப்பிட்டு முடித்ததும் இந்திராணி அவனது கையில் காராச்சேவைப் பிரித்துக் கொடுத்து “போய் விளையாடு தங்கம்” என்று சொன்னாள். அவன் கந்தவேலுவைப் பார்த்துக்கொண்டே காராச்சேவை கால்சட்டை பையில் போட்டுக்கொண்டு வெளியே ஓடினான்.

பையன்கள் ஐஸ் பாய் விளையாடிக் கொண்டிருந்தார்கள். கார்த்தி ஆளுக்குக் கொஞ்சம் காராச்சேவை நண்பர்களுக்கு பகிர்ந்து கொடுத்தான்.

காராச்சேவை கடித்துக்கொண்டே ஒரு பையன் அவனிடம் கேட்டான் “யாரு கார்த்தி ஒங்க ஊட்டுக்கு வந்துருக்காங்க?’

“அவரு..அவரு.. ஊர்லருந்து வந்துருக்காங்க..” என்றான்.

கோயில் மதில் சுவரில் உட்கார்ந்திருந்த பெரிய பையன்களான வேலுவும், மணியனும் கார்த்தி தன் வயதொத்த சிறுவர்களுடன் பேசிக்கொள்வதைப் பார்த்து அமுங்கலாக சிரித்தார்கள். ஏனென்றால் கந்தவேலுவின் டீக்கடையில் பலநாட்கள் அவர்கள் சாப்பிடும்போது அவரைப் பார்த்திருக்கிறார்கள். கார்த்தி அவர்களுக்கும் காராச்சேவு கொடுத்தான். அவர்கள் நக்கல் பாவனையுடன் அதை வாங்கிக் கொண்டார்கள்.

பையன்கள் விளையாடிக்கொண்டிருந்தார்கள். அவர்களைக் கடந்து டீவிஎஸ் எக்ஸெல் போனது. கார்த்தி தலையைத் திருப்பிப் பார்த்தான். உடனே வீட்டிற்கு ஓடினான். கந்தவேலு போன பாதையையே நின்று பார்த்துக் கொண்டிருந்த இந்திராணியிடம் ”அம்மா இவுரு யாரும்மா? நான் எங்கியோ

பாத்துருக்கமேறியே இருக்கும்மா?' உட்கார்ந்திருந்தவளின் எதிரில் சென்று அமர்ந்து கேட்டான்.

"தெரிஞ்சவங்கப்பா" என்று மட்டும் சொல்லிவிட்டு கொல்லைப்பக்கம் போனாள்.

இரவில் தூங்கும்போது.. அவரது முகம் நினைவில் வந்தது. அவரைப் பற்றி நினைக்கும்போது அவனுக்கு இனிமையாக இருந்தது. அப்படியே உறங்கிப் போனான்.

ரயில் ஓடு போட்ட பெரிய வீட்டில் ஓடுகளின் மேல் பூசணிக்கொடி படர்ந்திருந்தது. திண்ணையில் ஏழெட்டு பிள்ளைகள் அமர்ந்து கல்லாங்காய் விளையாடிக்கொண்டிருந்தார்கள். இருப்பதிலே மூத்த சிறுமி ஒருத்தி "ஈரிருச்சுக்கோ.. பூவ பறிச்சுக்கோ, பொட்டிக்குள்ள வெச்சுக்கோ" என்று பாடியபடி கருங்கல் ஜல்லிகளை தூக்கிப் போட்டுப் பிடித்துக்கொண்டிருந்தாள். அவள் ராகம் போட்டு பாடுவதையும், கற்களை லாவகமாக பிடிப்பதையும் மற்ற சிறுமிகள் ஆர்வமாக பார்த்துக்கொண்டிருந்தனர். வாசலில் வண்டிச் சத்தம் கேட்டதுமே விளையாடிக்கொண்டிருந்த கந்தவேலுவின் இளைய மகள் ஓடி வந்து கேட்டைத் திறந்தாள். வண்டியை அவர் உள்ளே ஏற்றி நிறுத்தியதும் அவள் மறுபடியும் திண்ணையில் ஏறி விளையாடத் தொடங்கினாள். கந்தவேலு ரேழியைக் கடந்து முற்றத்தில் திருகு பைப்பை திறந்து கால்களைக் கழுவிக்கொண்டிருந்தார். தண்ணீர் கொட்டும் சத்தம் கேட்டு உள்ளேயிருந்து வெளியே வந்தாள் கந்தவேலுவின் மனைவி.

"புத்திய எந்த தண்ணியில கழுவுனா சுத்தமாவுமோ... ம்க்கூம்" என்று சொல்லியபடியே கையிலிருந்த பாத்திரத்தை 'நங்'கென அம்மி மீது வைத்தாள்.

" பொழுது சாயரதுக்குள்ளயே கடைய சாத்துறதுக்கு அப்படி என்ன அவதியான வேல.. இப்பல்லாம் பட்டப்பகல்லயே ஆரம்பிச்சிட்டாளுவோ போலருக்கு..ச்சீ.ச்சீ "

கந்தவேலு அவள் சொன்னதற்கு பதில் எதுவும் பேசாமல் கொடியில் கிடந்த துண்டை எடுத்து முகத்தில் அழுந்தத் துடைத்தார்.

“ஊட்ல கெடக்குறவதானே நாம்ப பண்ற தப்பிலித்தனம் இவளுக்கு எங்கத் தெரியப்போவுதுன்னு நெனப்பு..”

கந்தவேலு அவளை சிறு நகைப்போடு பார்த்துவிட்டு அருகில் சென்று “ஏன்டி எப்ப பாத்தாலும் நெருப்பள்ளி கொட்டுற மாறியே பேசுற?” என்று கேட்டுவிட்டு நாற்காலியில் அமர்ந்தார்.

“கால புடிச்ச சனியன் தொலஞ்சிடுச்சேன்னு நெனச்சிருந்தேன்.. இப்ப நீங்க அத தேடிப்போவ ஆரம்பிச்சீட்டீங்கள்ள?” அவள் குரலுயர்த்தியதுமே அடுத்தடுத்து வார்த்தைகளை எறிய ஆயத்தமாய் இருக்கிறாள் என்பதை உணர்ந்து துண்டை எடுத்துத் தோளில் போட்டுக்கொண்டு கொல்லைப்பக்கமாக நடந்தார்.

இரண்டு நாட்கள் கழிந்து அதே போல சாயங்கால நேரத்தில் மீண்டும் டீவிஎஸ் வந்தது. அவர் வந்து பெஞ்சில் அமர்ந்ததுமே இந்திராணி தண்ணீர்ச் சொம்பை அவரிடம் நீட்டினாள். குடித்துவிட்டு தண்ணீர்ச்சொம்பை கார்த்தியிடம் கொடுத்தார். அவரைப் பார்த்து அவன் புன்னகைத்தான்..அவர் தன்னைத் தொடவேண்டுமென்பதைப் போல அவர் அருகில் வந்து நின்றான். அவர் அவனைப் பார்த்து சிரித்தார்..அவன் தோளைத் தொட்டு “இந்த ஊர் ஸ்கூல் புடிச்சிருக்கா?’ என்றார். அவன் பிடித்திருக்கிறது என வேகமாக தலையாட்டினான். இந்திராணி அவனிடம் தின்பண்டத்தைக் கொடுத்தாள். அதை மகிழ்ச்சியோடு வாங்கிக்கொண்டு வெளியே போனான்.

ஒருநாள் விட்டு ஒருநாள் வீட்டுக்கு கந்தவேல் வந்துகொண்டிருந்தார். ஒரு கட்டத்தில் அவர் வந்தவுடன் அம்மா தின்பண்டம் கொடுக்காமலே கார்த்தி தானே வெளியே போகத் தொடங்கினான். அவர் வந்தால் அம்மா சிரித்த முகத்தோடு இருப்பதும் தனக்கு தின்பண்டங்கள் கிடைப்பதும் அவன் மனதில் பதிந்துவிட்டது.

பையன் பயிர்கஞ்சி கேட்டதால் பயிர் உடைத்துக் கொண்டிருந்தாள் இந்திராணி. வெளியே யாரோ கத்தும் சத்தம் கேட்க எட்டிப் பார்த்தாள். இந்திராணியின் அண்ணன்

படலைத் திறந்துகொண்டு ஆத்திரத்துடன் திடுதிடுமென ஓடி வந்தான். தட்டியை எட்டி உதைத்து "ஏண்டி நாடுமேறி செறுக்கி ஒரு மாசமா என்னாடி நாடகம் நடத்துற இங்க.. இந்த தட்டுவாணி வேல பாக்குறதுக்குதானா தாலிய கழட்டிப் போட்டுட்டு வந்த?" என்று கன்னத்தில் விடாமல் அறைந்தான். ஓடி விழுந்தாள். முடியைப் பிடித்து இழுத்து கழுத்து, முதுகு என மாறி மாறி அடிக்கத் தொடங்கினான். அவள் உடலை உதறிக்கொண்டு

"ஏலேய் மேல கைய வைக்கிற வேல வெச்சிக்காத.. எட்றா கைய நாய" என்று ஆவேசமாக சொன்னாள். பேசப்பேச பெரு மூச்சு வீச் வீச்சென வந்தது. அவள் வாய் திறந்து பேசியது அவனுக்கு இன்னும் ஆத்திரத்தைத் தூண்டியது கொத்தாகப் பிடித்திருந்த முடியோடு அவளைக் கீழே தள்ளினான்.

இந்திராணியின் அண்ணியும் தம்பியும் ஓடி வந்தார்கள் "குச்சிக்காரி.. குச்சிக்காரி.. கொழுப்பெடுத்துப் போயி இப்புடி நம்ப மானத்த சந்தி சிரிக்க வக்கிறாளே" என்று அண்ணி ஆத்திரத்தோடு கத்தினாள். தம்பி ஓடிவந்து அடிக்கும் அண்ணனைப் பிடித்து இழுத்தான். தம்பியின் கையை அண்ணன் வெடுக்கென உதறித் தள்ளியதும் அவென் சுவர்ப் பக்கமாக விழுந்தான்.

"ஏன்டி ஊருக்குள்ள நாங்க மானமரியாதையோட வாழக் கூடாதுன்னு இப்படி கங்கணம் கட்டி அடிக்கிறியாடி.. ஒனக்கு ஒரு புருசன் பத்தாதாடி" என்றபடி அவள் வயிற்றிலேயே எட்டி உதைத்தான் அண்ணன்.

அவள் இறுமிக்கொண்டே பின்னால் போய் அங்கிருந்த தன் அப்பாவின் மண்வெட்டி காம்பை கையில் எடுத்துக்கொண்டாள். அதைப் பார்த்ததும் அண்ணன் அண்ணி எல்லாரும் அரண்டு போய் நின்றுவிட்டார்கள்.

"ஏன்டா எப்பன் சம்பாரிச்சு வச்ச காசயெல்லாம் நீங்க நொட்டி அனுபவிச்சிட்டு என்ன அந்த கெழட்டு கம்னேட்டிக்கு கட்டி கடமைய கழிச்சு உட்டுட்டீங்க.. பழிகார பாவிவோளா ஒரு நாளு கூட அவன் கிட்ட நான் வாழுலடா.. நீங்கள்லாம்

நல்லாதானடா இருக்கீங்க என்ன மட்டும் ஏன்டா இப்புடி பண்ணுனீங்க?"

தம்பி அண்ணனைப் பார்க்க அண்ணன் அவளையே முறைத்துப் பார்த்தான்.

அண்ணி இறந்து போன தன் மாமனார் மாமியாரை ஒப்பாரியில் திட்டத் தொடங்கினாள்.

இந்திராணி தன் வாயில் வழிந்த ரத்தத்தை புடவையில் துடைத்துக் கொண்டு தீயென எரியும் கண்களை அகல விரித்து ஆவேசத்துடன் "ஏலேய் இந்த எட்டு மா சொத்து ஒங்ககிட்ட இருக்குற திமுறலதானடா என்னக் கொல்ல வந்தீங்க.. இன்னைக்கே டேசன்ல கம்ப்ளைண்டு குடுத்து சொத்து மேல எனக்கும் உருமை உண்டுன்னு ஒங்க மேல கேசு போடுறன்டா.. நானும் வெள்ளையனுக்குப் பொறந்தவதான்டா.. உங்கள ஒன்னுல ரெண்டு பாத்துர்றன்டா" என்று உரக்கச் சொன்னாள். சன்னதம் வந்ததைப்போல நின்றுகொண்டிருக்கும் அவளைப் பார்த்து அவர்கள் எதுவும் பேசாமல் அப்படியே நிலைகுத்திய பார்வையுடன் நின்றுகொண்டிருந்தார்கள்.

"யம்மா..யம்மா" என்று சொல்லிக்கொண்டே வீட்டிற்குள்ளே நுழைந்தான் கார்த்தி. அம்மா முகத்தில் ரத்தமும், கலைந்த தலையுமாக நிற்பதைப் பார்த்து ஓடி வந்து அவளது கால்களை இறுக்கிக் கட்டிப்பிடித்துக்கொண்டு நின்றான். அத்தனை அடிகளுக்கும் சண்டையில் அழாதவள் மகனின் பிஞ்சுக் கரங்கள் அணைத்துக்கொண்டவுடன் ஓவென்று கதறி அழுதாள்.

தம்பி அண்ணனைப் பிடித்து இழுத்துக்கொண்டு போனான்.. அண்ணி ஏற்கனவே வீடு போய்ச் சேர்ந்திருந்தாள்.

மறுநாள் காலையில் ஒரு போலீஸ்காரர் வந்து கதவைத் தட்டியதும் அண்ணனும் அண்ணியும் வளைந்து வந்து நின்றார்கள். போலீஸ்காரர் விசாரிக்க விசாரிக்க இருவருக்கும் வியர்க்கத் தொடங்கியது. தம்பி வந்து "சும்மா குடும்ப சண்ட சார்.. ஆத்துரத்துல வந்து கம்ப்ளைண்ட் குடுத்துருக்கும்.. இன்னுமே அப்டி எதுவும் நடக்காம பாத்துக்குறோம் சார்" என்று அவரிடம் சொன்னான். காவலர் அவர்களை எச்சரித்துவிட்டுச் சென்றார்.

அன்றிலிருந்து அண்ணனும் அண்ணியும் வயலுக்குப் போவதற்குக் கூட நாற்றாங்கால் வழியாகச் செல்லாமல் வாய்க்காலில் இறங்கிப் போகத் தொடங்கினார்கள்.

மேல்நிலைத் தேக்க தண்ணீர் தொட்டியில் சிதிலமடைந்த பகுதிகளில் சீரமைப்பு பணி நடந்துகொண்டிருந்தது. அதைச் சுற்றி வேடிக்கைப் பார்த்துக்கொண்டும், தண்ணீர் தேக்க தொட்டி ஏணியில் தொங்கிக் கொண்டும் பையன்கள் விளையாடிக்கொண்டிருந்தார்கள். டூவிஎஸ் எக்ஸெல் வரும் சத்தம் கேட்டதும். கரனை பிடித்து வேலை செய்துகொண்டிருந்த வேலு சொன்னான் “ஏலேய் கார்த்தி போடா.. ஒனக்கு தீனி வந்துருக்கு.. ஓடி வாங்கிட்டு வா ஓடு” அதற்கு பக்கத்தில் சிமெண்ட் கலவைப் போட்டுக்கொண்டிருந்த மணியன் “அவனுக்கு மட்டுமா தீனி கொடுப்பாரு.. அவங்க அம்மாவுக்கும் தீனி போடதான்டா போறாரு” என்று சொல்ல பூச்சுவேலை செய்துகொண்டிருந்த அத்தனை பேரும் சிரித்தார்கள்.. அவர்கள் சிரித்தவுடன் விளையாடிக்கொண்டிருந்த விபரம் அறிந்த மற்ற சிறுவர்களும் சிரிக்க.. விவரம் எதுவும் புரியாமல் கார்த்தியும் லேசாக சிரித்தான்.

“லேய் அறிவுகெட்டப் பயலுவோலா.. பச்சப் புள்ளைவோள சுத்தி வெச்சிகிட்டு என்னடா பேச்சுப் பேசுறீங்க?” என்றாள் அருகில் ஆடு மேய்த்துக்கொண்டிருந்த மாரியம்மாள் கிழவி. எல்லோரும் இப்போது வாய்க்குள்ளேயே சிரித்துக்கொண்டார்கள்.

இந்திராணி குளித்து முடித்து, பவுடர் பூசி வாசலில் அமர்ந்திருந்தாள். வண்டி வரும் சத்தம் கேட்டது. புன்னகை ததும்பிய முகத்தோடு சென்று தெருவைப் பார்த்தாள் வேறு யாரோ ஒரு ஆள் சென்றுகொண்டிருந்தார். அவரில்லை என்றவுடன் ஏமாற்றத்தில் சட்டென்று அவள் முகம் சுருங்கிப் போனது. வீட்டிற்குள் சென்றவளுக்கு யாரோ யாரையோ திட்டுவதைப்போல வசவு வார்த்தைகள் கேட்டன. சத்தம் கேட்டு, தெருவில் ஏதோ சண்டை என நினைத்துக்கொண்டு வெளியே வந்தாள்.

இந்திராணி வீட்டு வேலிப்பக்கம் நின்று பார்த்தாலே தெரியும் அய்யனார் கோவில் முன்னே ஒரு நடுத்தர வயதுப்

பெண் இரு கைகளையும் சன்னதி முன் முறையிடுவது போல கையை அசைத்து உரத்தக் குரலில் பேசிக்கொண்டிருந்தாள்.

வேலி அருகில் வந்து ஓதியம் போத்தைப் பிடித்துக் கொண்டு கோயிலை உற்றுப் பார்த்த இந்திராணிக்கு உச்சி முடியை வெடுக்கெனப்பிடித்து இழுப்பதைப் போல அதிர்ச்சியாக இருந்தது. கந்தவேலின் மனைவிதான் கோயிலில் ஆங்காரத்தோடு நின்றுகொண்டிருந்தாள். “என் புருசன பங்கு போட்டுக்கனும்னு நெனைக்கிறவ எந்த செறுக்கியா இருந்தாலும் நீ பாத்துக் கூலியக் கொடு அய்னாரப்பா.. என்னா மந்திரம் போட்டாலுவோளோ.. என்னா மாய்மாலம் செஞ்சாலுவோளோ என் வூட்டு மனுசன அந்தலை சிந்தலை பண்றதுக்கு என்னான்னா செஞ்சாலுவோளோ.. அவளுவோள நீ பாத்துக் கேக்குனும்” என்று குரல் உடைந்து அழத் தொடங்கினாள்.

அவளின் ஒவ்வொரு வார்த்தைகளும் இந்திராணியின் காதுகளில் ஆணிகளை அறைந்தன. அவள் திரும்பிப்பார்த்தால் தான் நிற்பது தெரிந்துவிடுவோமோ என்று ஓதியம் போத்துக்கு பக்கத்திலிருந்த பூவரசமரத்துக்குப் பின் சென்று மறைவாக நின்றுகொண்டாள்.

கந்தவேலு மனைவி விடாமல் படபடவென்று பொரிந்து தள்ளிக்கொண்டிருந்தாள்.

“என் புருசன பிரிச்சி என் குடிய கெடுக்குறவ.. அவ பெத்த புள்ளைய வாரித்தின்னுட்டு வழியத்துப் போவனும்.. அவ நிற்கதியா நிக்கனும்.. நெல கொலஞ்சி போவனும்.” என்று ஆவேசம் வந்தவளைப் போல மண்ணை வாரித் தூற்றி சாபமிட்டாள்.

இதைக் கேட்டுக்கொண்டு நின்ற இந்திராணிக்கு உடல் நடுங்கியது.. தன் பிள்ளையைச் சொல்லி அவள் வாசாக்கு விட்டவுடன் கண்களில் பொங்கிக்கொண்டு வந்தது. தொண்டை அடைத்து, நெஞ்சில் அனல் பறந்தது. தலை சுற்றி மயங்கி வேலிமேல் விழுந்துவிடப் போனவள், மரத்தைப் பிடித்துக்கொண்டு தடுமாறி நின்றாள். மெல்லத் தடுமாறி வீட்டிற்குள் வந்து ஒடுங்கி உட்கார்ந்தாள். சிறுநீர் பிரிந்துவிடும் போலத் தோன்றியது.

தன் தலையெழுத்து இப்படியா இருக்க வேண்டும் என தன்னையே நொந்துகொள்பவளைப் போல :அய்யோ..” என்று தலையை சுவரில் மோதிக்கொண்டாள். இன்னமும் கந்தவேல் மனைவியின் குரல் மெதுவாக கேட்டபடியே இருந்தது. இந்திராணி அப்படியே சரிந்து தரையில் படுத்தாள். கீழே குவிந்து கிடந்த அழுக்குத் துணிகளில் முகம் புதைத்து அழத்தொடங்கினாள்.

அய்யனார் கோவிலில் அழுது புலம்பிக்கொண்டிருந்த கந்தவேல் மனைவியிடம் தண்ணீர் பிடிக்க வந்த பெண்களின் கேள்விகள் அவளைச் சூழ்ந்தது. ஐயோ பாவம் என்ற அனுதாபப் பேச்சுகள், அவளது தோளில் கை போட்டுக்கொண்டது. தெருப் பெண்களின் விசாரிப்பில் காய்ந்த சறுகுகள் நொறுங்குவதைப்போல அவள் நொறுங்கிப்போனாள். வரும்போது விசாரித்துக்கொண்டு வந்திருந்த இந்திராணியின் வீட்டை திரும்பிப் பார்க்க விரும்பாதவளாய் கோயிலில் இருந்து வேகமாக எட்டு வைத்துப் புறப்பட்டாள். தெருப் பெண்கள் அவளுக்காக பரிதாபப்பட்டு ‘உச்’ கொட்டும் சத்தங்கள் அவளைப் பின் தொடர்ந்தன.

இந்திராணி இரண்டு நாட்களாக மகனிடம் கூட எதுவும் பேசாமல் இறுக்கமான முகத்தோடு இருந்தாள். எந்தக் கணமும் உடைந்து விழத் தயாராக நீர் திரண்டு நிற்கும் அவளது கண்களைப் பார்க்கும்போதெல்லாம் பிள்ளையும் அழுதுவிடுகிறான். அதனாலேயே முந்தானையால் அடிக்கடி முகத்தைத் துடைப்பதுபோல கண்களைத் துடைத்துக் கொண்டாள்.

ஒரு வாரத்துக்குப் பின் பையன்கள் கோயில் வாசலில் ஆபியம் தாண்டி விளையாடிக்கொண்டிருந்தார்கள். குனிந்திருந்த பையனின் மீது ஓடி வந்து தாண்டினான் கார்த்தி. டீவிஎஸ் எக்ஸெல் அவர்களைக் கடந்து போனது. கந்தவேலு மெலிதான புன்னகையோடு கார்த்தியைப் பார்த்துக் கொண்டே போனார். எல்லா முறையும் அவனைத் தவிர மற்ற எல்லா பையன்களும் குனிந்து கொண்டிருந்தார்கள். கார்த்தி எல்லோர் மேலும் தாண்டிக் கொண்டிருந்தான். வீட்டுக்குப் போகலாமா என்று

நினைத்தான். "ஆளு நான் வூட்டுக்கு போறன்டா.. அடுத்தாட்டம் வரன்டா" என்று சின்ன ராஜாவிடம் சொல்லிவிட்டுக் கிளம்பத் தயாரானான். சுவரில் அடித்த பந்து போல கந்தவேலு சென்ற வேகத்தில் எதிரே திரும்பி வந்துகொண்டிருந்தார். டீவிஎஸ் அவனருகே கடக்கும்போது, அவரைப் பார்த்து புன்னகைத்தான்.. அவர் நேராக நிலைகுத்திய பார்வையோடு முகத்தில் எந்த அசைவுமின்றி சென்றுகொண்டிருந்தார்.

வீட்டுக்குள் நுழைந்தபடியே "அம்மா திங்கறதுக்கு எதாவது இருக்கா?" என்று கேட்டான். இந்திராணி தலையை முழங்காலில் வைத்துக்கொண்டு குனிந்து அமர்ந்திருந்தாள்.. "அம்மா ஒன்கிட்டதான் கேக்குறன் திங்கறதுக்கு எதாவது இருக்கா?" என்று பாவமாக சுணங்கிய குரலில் கேட்டான். "திங்கறதுக்கு நாந்தான் இருக்கன் என்ன தின்னு ஏப்பம் வுடு.. எப்ப பாரு திங்கறதுக்காம் திங்கறதுக்கு.." என்று அவனது கழுத்திலேயே 'படார் படாரென' அடித்தாள். பிள்ளை வலி தாங்காமல் "யம்மா அடிக்காதம்மா.. இன்னும எதுவுமே கேக்கமாட்டம்மா" என்று துடித்து அழுதான். அவன் அப்படி அழுததைப் பார்த்து இந்திராணி தன் இயலாமையை நினைத்து தலையில் அடித்துக் கொண்டு அழுதாள்.

"சமாதானத்தை பேணி காப்போம், இன்று உலக சமாதான நாள்" என்ற பதாகையைத் தூக்கிக் கொண்டு நடுநிலைப் பள்ளி மாணவர்கள் சோழச்சக்கரநல்லூர் கடைத் தெருவில் அமைதியாக ஊர்வலம் வந்து கொண்டிருந்தார்கள்.

மயிலாடுதுறையிலிருந்து சீர்காழி செல்லும் ஒரு பேருந்து மதகுக் கரையில் வளைந்து திரும்பி நிற்க, மாணவர்கள் பேருந்துக்கு வழிவிட்டு வரிசையாக நின்றார்கள். பேருந்தில் இருந்து பயணிகள் இறங்கிக் கொண்டிருந்தார்கள். கந்தவேல் அவரது மனைவியுடனும், இரண்டு மகள்களுடனும் இறங்கினார். கந்தவேலுவின் மகள்கள் ஒரே மாதிரியான உடை அணிந்திருந்தார்கள். பேருந்தின் பின் வாசலுக்கு நேராக நின்ற கார்த்தி அவர்களையே பார்த்தான். கந்தவேலு தன்னைப் பார்த்து சிரிப்பார் என்று நினைத்தான். அவர் மகள்களை கையைப் பிடித்து அழைத்துச் சென்றார். ஒரு

மகள் அண்ணாந்து அவரை நோக்கி கரங்களை நீட்ட அவர் அவளை அள்ளித் தூக்கிக் கொண்டார். அவர் தன்னைப் பார்க்காமல் போனது கார்த்திக்கு ஏமாற்றமாக இருந்தது.

பையன்கள் சோழச்சக்கரநல்லூர் கடைத்தெருவைக் கடந்து உளுந்துக்குப்பை டி.ஈ.எல்.சி சர்ச் வழியாகச் சென்றது மாணவர்களின் பேரணி. பையன்களைக் கடந்து டீவிஎஸ் ஸில் வந்த கந்தவேலு கார்த்தி அருகே கால் ஊன்றி நின்றதும் கார்த்தியின் முகத்தில் அத்தனை சிரிப்பு மலர்ந்தது. கந்தவேலு ஆசிரியரிடம் சொல்லிவிட்டு கார்த்தியிடம் வந்து அவன் உயரத்துக்கு பாதியாக உட்கார்ந்து “அம்மாவ கோவப்பட வேண்டாம்னு சொல்லுப்பா” என்று சொல்லிவிட்டு அடுத்த வார்த்தைப் பேச முடியாமல் மௌனமாக இருந்து.. வண்டியை ஸ்டார்ட் செய்து புறப்பட்டார்.

வீட்டிற்குச் சென்று அவர் சொன்னதை அம்மாவிடம் சொல்ல வேண்டும் என்று நினைத்துக்கொண்டான். ‘இந்த அம்மா ஏன் இப்படி கோபப்படுகிறாள்.. அன்றைக்கு என்னிடம் கூட கடுமையாக கோபப்பட்டாளே’ என்று நினைத்துக்கொண்டே கூட்டத்தில் நடந்தான்.

இந்திராணி, வீட்டுக்கு வெளியே டி.வி.எஸ் சத்தமோ, செருப்பு சத்தமோ கேட்டால் பதறித் துடித்து வெளியே ஓடி வந்து பார்ப்பாள். அவள் காதுகள் எப்போதும் வாசல் பக்கமாகவே கிடந்தன. அவரை வர வேண்டாமென்று சொல்லிவிட்டு இப்போது வர வேண்டுமென நினைக்கும் மனதை கொன்றுவிடலாமா என்று யோசித்தாள். திடீரென கார்த்தியை மடியில் உட்கார வைத்துக் கொண்டு அவனைப் பார்த்துக் கண்ணீர் சிந்துவாள், மற்றொரு சமயம் அவன் ஏதாவது பேசினால் இயலாமையும், வெறுமையும் வெறுப்பாக மாறி கத்துவாள். கார்த்திக்கு அம்மாவின் இந்த மாற்றம் புரிந்து கொள்ளமுடியாமல் வினோதமாகவே இருந்தது.

அன்று, துணிகளை எல்லாம் துவைத்து, பாத்திரங்களைக் கழுவி காய வைத்துவிட்டு, வாசலிலும், கொல்லையிலும் விழுந்து கிடந்த வேப்பங்கொட்டைகளை பெருக்கி அள்ளி ஓரம் வைத்துவிட்டு அக்கடா என்று வந்து படுத்தாள்.

பசியில்லை குளுமையான ஏதோ ஒன்று தொண்டையிலிருந்து வயிறு வரை இறங்குவதைப் போல இருந்தது. விலா பக்கமாக வெட்டி இழுப்பதைப் போல வலித்தது.

வாசல் பக்கம் செருப்புச் சத்தம் கேட்டது.. மூங்கில் தட்டியைத் திறக்கும் ஒலி கேட்டு ஆர்வம் தாங்காது வெளியே வந்தாள். ஓட்டு வீட்டு கோவிந்தம்மாள் கிழவி நின்றுகொண்டிருந்தாள் “வா ஆச்சி..“ என்று குரல் கம்ம அழைத்தாள்.. அவசரமாக உள்ளே வந்த கிழவி கிசுகிசுக்கும் குரலில் “பாவி மவளே ஒன் தலைல ஆண்டவன் ஏண்டி இப்புடி ஒரு எழுத்த எழுதிருக்கான்... கந்தவேலு நெஞ்சுவலியில போய்ட்டாராம்டி.. தேங்கா யாவாரி சொல்லிட்டுப் போறான்டி..” என்றாள். அதைக் கேட்ட மாத்திரத்தில் இந்திராணி மின்சாரம் பட்டதைப்போல விதிர்விதிர்த்து நின்றாள். சர்வ நாடியும் ஒடுங்கியது, அவளைச் சுற்றி எல்லாமே சுழல்வது போல இருந்தது, நிலத்தில் காலூன்றி நிற்க முடியாமல் அப்படியே மயங்கி விழுந்தாள்.

அவளுக்கு வாழ்வே சூன்யமாகிப் போனது போலிருந்தது. மதகு உடைந்தது போல எந்நேரமும் கண்ணீர் வழிந்துகொண்டிருக்கும், முகம் அழுது அழுது வீங்கிப் போனது. அம்மாவைப் பார்க்குந்தோறும் கார்த்திக்கும் அழுகை வரும். அம்மாவின் முந்தானையை எடுத்துத் தன் பிஞ்சுக் கரத்தால் கண்ணீரைத் துடைப்பான். பிள்ளையைப் பார்க்கப் பார்க்க மேலும் அவளுக்கு துக்கம் பெருகும். அதனாலேயே அவன் முன் அழாமல் இருக்கத் தலைப்பட்டாள்.

இரண்டு வாரங்களாக பஞ்சடைத்த கண்ணும், எண்ணையில்லாத தலையுமாக படுத்தே கிடந்தாள். கன்னத்தில் கண்ணீர் கொட்டிக்கொண்டே இருந்தது. வாசலில் யாரோ வந்து நிற்பதன் நிழல் வீட்டிற்குள் விழுந்தது. இந்திராணி யாரென்று தலையை நீட்டி எட்டிப் பார்த்தாள். கந்தவேலுவின் மனைவி உள்ளே நுழைய தயக்கத்துடன் நின்றிருந்தாள். வெறுங்கழுத்தும், திருநீறு மட்டும் அணிந்த நெற்றியுமாக அவளைப் பார்த்தவுடனேயே கண்ணீர் முட்டியது இந்திராணிக்கு.. ”உள்ள வாங்க” என்று அழைத்தாள். கந்தவேலு மனைவிக்கு அடுத்த அடி வைத்து

உள்ளே வரத் தயக்கமாக இருந்தது. உடல் அசைய மறுத்தது. இந்திராணியின் முகத்தைப் பார்க்க இயலாதவளாய் பார்வையை திருப்பி கண்ணீரைக் கட்டுப்படுத்திக்கொண்டு நின்றாள். இந்திராணி தலையசைத்து அவளை உள்ளே அழைத்து பாயை விரித்துப் போட்டாள். கந்தவேலுவின் மனைவி இந்திராணி பக்கத்தில் வந்து அவளது கைகளைப் பிடித்துக்கொண்டாள். இந்திராணியின் உடல் அதிர்வடைந்து உள்ளூர நடுங்கியது.. எப்போது வேண்டுமானாலும் ஒடிந்து விழுந்துவிடுவதைப் போல வலுவற்று இருந்தன அவளது கால்கள்.

“என்னமோ தலையெழுத்து அந்த மனுசன் கிடந்து கஸ்டப்படாம போய் சேந்துட்டாரு.. போனவருக்கு நல்ல கெதி கெடைக்கனும்.. மிச்சம் இருக்குற அவரு புள்ளைவோ தலைல பத்து படாம நல்லா இருக்கனும்” என்றாள்.

அவள் சொல்வது எதுவும் புரியாமல் அவளது வெறுங்கழுத்தையேப் பார்த்துக்கொண்டு நின்றாள் இந்திராணி.

கந்தவேலு மனைவி தொடர்ந்தாள் “என்னதான் கருமகாரியம் நாங்க செஞ்சாலும்.. ஆம்பளப் புள்ள கையால புண்ணியதானம் செஞ்சாதான் அவரு போன வழிக்கி மோச்சம் கெடைக்கும்.. புள்ளைய நாளைக்கு பூம்புகார் அழச்சிட்டுப் போயி அவன் கையாலயே புண்ணியதானம் பண்ணுவோம்” என்று அவள் சொல்லிக்கொண்டிருக்கும்போதே இந்திராணி அவளை பொல பொல வென கண்ணீர் கொட்ட நிமிர்ந்து பார்த்தாள்.. கண்ணாடியில் விழும் பிம்பம் போல அவளது கண்ணிலிருந்தும் நீர் கொட்டியபடி இருந்தது.

கதவருகில் வந்து நின்ற கார்த்தி இந்திராணியின் அருகில் சென்று நின்றுகொண்டான். இறந்த கந்தவேலுவை அச்செடுத்தது போல் இருக்கும் அவனையே வாஞ்சையோடு பார்த்துக்கொண்டிருந்தாள் கந்தவேலு மனைவி.

அனாகத நாதம்

முகூர்த்த நாள் என்பதால் சீர்காழி புதிய பேருந்து நிலையத்தில் பேருந்துகள் சுப காரியங்களுக்குச் செல்லும் பயணிகளால் ததும்பிக்கொண்டிருந்தன. நிலையத்தில் இருக்கும் வேப்ப மரத்தடியில் இளம்பெண்ணொருத்தி தன் எதிரில் நின்றிருந்த மனிதரிடம் கரங்களை அசைத்து ஏதோ சொல்லிக்கொண்டிருந்தாள். அணைசு இல்லாத நாதஸ்வரம் போல நீண்டிருந்த ஜடை அவளின் ஒவ்வொரு அசைவுக்கும் துள்ளிக்கொண்டிருந்தது. அதை வேடிக்கை பார்த்துக்கொண்டிருந்த சாமிநாதனின் கவனத்தைக் கலைப்பதைப் போல வந்த ஆரன் சத்தம் கேட்டு முகத்தைத் திருப்பினான். சிதம்பரத்திலிருந்து கும்பகோணம் செல்லும் பேருந்து மிகுந்த வேகத்துடன் நிலையத்திற்குள் நுழைந்தது. கூட்டம் அதிகமாக இருந்ததால் சில நொடிகள் கூட நிலையத்தில் நிற்காது என்பதைப் புரிந்துகொண்டு பேருந்தை நோக்கி விரைந்தான்.

படிக்கட்டுகளில் வேட்டிகளும் பேண்ட்டுகளும் ஏறும் வழியை மறித்து நின்று கொண்டிருந்தன. சாமிநாதன் புலிப்பாய்ச்சலாக ஓடிவந்து ஏறிக்கொண்டான். அவன் அப்படி ஓடிவந்து தொற்றியதும் அதைப் பக்கக் கண்ணாடி வழியே பார்த்த ஓட்டுநர், "யோவ்.. என் வண்டியில வுழணும்னு வேண்டுதலா ஒனக்கு?" என்று கத்தினான். சாமிநாதனுக்கு அது காதில் விழவில்லை. ஆனால் அதைக் கேட்டவர்கள் எல்லோருமே சாமிநாதனை ஒருகணம் கேலி கலந்த பார்வையுடன் பார்த்தனர்.

பேருந்து நகரத் தொடங்கியதும் கூட்டத்தின் வியர்வையும் புழுதியும் கலந்து வெக்கை மணம் நாசியை நெளியச் செய்தது. ஒருவர் காலில் படாமல் இன்னொருவர் கால் வைத்தாக வேண்டிய நெரிசலில் நாதஸ்வர உறையோடு நிற்க முடியாமல் தடுமாறி நின்றுகொண்டிருந்தான்.

மேலே இருந்த கம்பியை இறுக்கமாகப் பிடித்துக்கொண்டான். கம்பியில் துளை இருப்பதாகக் கற்பனை செய்து ச.ரி.க.ம.ப.த.நி.ச என விரல்களால் நாதஸ்வரத்தைப் பிடிப்பதைப் போலப் பாவித்து மனத்துக்குள் ஒரு ராகத்தை ஆலாபனை செய்யத் தொடங்கியவன், மின்சாரத்தில் கைபட்டதைப் போல வெடுக்கென இழுத்துக்கொண்டான்.

பின்னால் நின்றிருந்த பெரியவர் அவன் தோளில் மாட்டியிருந்த நாதஸ்வர உறையை ஏற்கெனவே பழகிய உரிமையோடு வாங்கி லக்கேஜ் வைக்குமிடத்தில் தூக்கி வைத்தார். "இறங்கும்போது எடுத்துக்கலாம் செரமப் படாதீங்க" என்றார்.

'எனது குடும்பத்தின் அத்தனை வளமைக்கும் பெருமைக்கும் காரணமாக இருந்த நாதஸ்வரம் தன்னைவிட்டு நிரந்தரமாகப் பிரியப் போவதை இப்போது ஒரு சிறிய பிரிவின் மூலம் ஒத்திகை பார்க்கிறேன்..'

'இந்தப் பரம்பரையில் நாதஸ்வரத்தை விற்ற ஒரே ஆள் நான்தான் என்ற அவப்பெயர் வருங்காலத்தில் கிடைக்கக்கூடும். ஆனால் அவப்பெயரை விடவும் பைத்தியமாகிச் சாகாமல் இருப்பது முக்கியம்' என்று நினைத்துக்கொண்டான்.

நடத்துநர் டிக்கெட் கொடுத்துவிட்டுக் கடந்தார். இரண்டு நிறுத்தங்களுக்குப் பிறகு முன்னே இருந்த சீட்டிலிருந்து ஒரு குடும்பம் இறங்கியதும் அவனுக்கு உட்கார இடம் கிடைத்தது.

மேலே வைக்கப்பட்டிருந்த நாதஸ்வர உறையைப் பார்க்கும்போது இழுத்திப் போர்த்திக்கொண்டு தூங்குவது மாதிரி நடிக்கும் குழந்தையைப் போலிருந்தது. புன்னகை செய்துகொண்டான். விடுமுறைக்கு வந்த குழந்தை விழித்துக் கொண்டிருக்கும்போது ஊருக்குப் போக மறுக்கும் என்பதால் உறங்கும்போது அழைத்துச் செல்லப்படுகிறது என்றொரு எண்ணமும் வந்து அவனைத் துணுக்குறச் செய்தது.

நாதஸ்வர உறையை உடனே எடுக்க முடியாது போலிருந்தது. இரண்டு நிறுத்தங்கள் கடந்த பிறகு எடுத்து மடியில் வைத்துக்கொள்ள வேண்டும் என்று நினைத்தான். அருகில் இருந்தவர் முக்கால் பங்கு இருக்கையில் நிரம்பியிருந்தார், சாமிநாதன் ஜன்னலை உடைத்துக்கொண்டு வெளியே விழுந்துவிடுவது போல நெளிந்தவன் எதிர் சீட்டுக் கம்பியைப் பிடித்துக்கொண்டான். நின்றுகொண்டிருக்கும்போது இருந்ததைவிட உட்கார்ந்தபோது மேலும் இருமடங்கு கூட்டம் அதிகமாய்த் தெரிகிறது. ஜன்னல் வழியே வெளியே பார்த்தான். குளிர்ந்த காற்று தலையைத் தடவிவிட்டது. முடிகள் நிமிர்ந்து காற்றுக்குச் சலாம் வைப்பதைப் போலப் பறந்தன. களைப்பில் அப்படியே உறங்கிப் போனான்.

அவனது அப்பாவும் தாத்தாவும் புகழ்பெற்ற நாதஸ்வரக் கலைஞர்கள். சாமிநாதனுக்கு முன்பு ஆறு குழந்தைகள் வெவ்வேறு காலகட்டத்தில் பிறந்து இறந்துபோயின. ஏழாவதாகச் சாமிநாதன் பிறந்தபோது அவனது தந்தையாருக்கு ஐம்பத்தைந்து வயது ஆகியிருந்தது.

கண்ணில் எழுத்து மறைவதற்குள் தான் கற்றறிந்த கலையைப் புதல்வனுக்குக் கற்பிக்க நினைத்தவர், முதலில் அவனுக்கு வாய்ப்பாட்டு சொல்லிக் கொடுக்க ஆரம்பித்தார். சரளி வரிசையை அவர் கற்றுக் கொடுத்துக்கொண்டிருந்த ஒரு அதிகாலையில் இடது மார்பைப் பிடித்துக்கொண்டு தரையில் சாய்ந்தவர் பின் எழவில்லை.

தந்தையின் மரணத்திற்குப் பிறகு சாமிநாதன் நாதஸ்வரம் பயில்வதற்காகத் தலச்சங்காட்டில் இருந்த வித்துவான் ஒருவரிடம் அனுப்பி வைக்கப்பட்டான். அவர் ஒருவகையில் சாமிநாதனின் அப்பா வழிச் சொந்தம் என்பதால் சாமிநாதனுக்கு தனித்துவமான கவனம் எடுத்துக் கற்றுக்கொடுக்க நினைத்தார். ஆனால் சாமிநாதனுக்கோ கற்றுக்கொள்வது மொழி தெரியாத ஊரில் வழி தேடுவதைப் போல இருந்தது.

தலச்சங்காட்டார் நாதஸ்வரம் பயிற்றுவிப்பதில் நிபுணராக இருந்தார். அவரது மாணவர்கள் உலகம் முழுவதிலும் விரவியிருந்தனர். 'அவரிடம் இருந்தாலே பிள்ளைகள் மேதைகளாகி விடுவர், அத்தனை கைராசிக்காரர்' என்ற பெயரும் அவருக்கிருந்தது.

தலச்சங்காட்டார் சரளியே ஆயிரக்கணக்கில் உண்டு பண்ணி வைத்திருந்தார். கற்றுக்கொள்ளும் மாணவர்களின் கைப்பக்குவத்திற்கு ஏற்றவாறு சொல்லிக் கொடுப்பார். மற்ற பிள்ளைகள் அடியடியாக உள்வாங்கி மனனம் செய்துவிடுவார்கள். சாமிநாதனிடம் வாத்தியார் சொல்லிக் கொடுத்ததைச் சொல்லச் சொல்லிக் கேட்கும்போது அவனது மனத்தை ராட்சத கறுப்புத் திரையொன்று மூடிக்கொள்ளும். அந்தச் சமயங்களில் அவனது வியர்த்த உள்ளங்கையில் சிவப்புக் கோடாக பழுக்கும் அளவிற்கு வாத்தியாரின் பிரம்பு தினமும் 'மடேர்..மடேரென்று' விழுந்துகொண்டே இருந்தது.

அடி உதையும் வசவுச்சொற்களும் ஒருவருக்கு எதையும் கற்றுக் கொடுத்துவிடாது. மாறாக ஆர்வமும் உள்ளுணர்வுமே எதையும் வளர்த்தெடுக்கும் என்பதை நன்கு உணர்ந்த தலச்சங்காட்டார், அவனது அம்மாவை வரவழைத்து, "இந்தப் பையனுக்கு இசை வராது. இவனுக்கு நாதஸ்வரம் கத்துக் கொடுத்தா நான் ஆஸ்பத்திரிக்குப் போக வேண்டியதுதான். வேற வேலைக்குச் சேர்த்துவிடுங்க.." என்று சொன்னார். தாயாருக்கு அது தாங்க முடியாத துக்கமாக இருந்தது.

கணிதப் பாடத்தைப் புரிந்துகொள்ள முடிந்தால், ஆங்கில வார்த்தைகளை உள்வாங்க முடிந்தால், பள்ளிக்கூடத்துக்குத்

திரும்பவும் போகிறேன் என்று சொல்லலாம். ஆனால் பள்ளிக்கூடத்தை நினைத்தாலே அவனது உடல் விதிர்த்துவிடுகிறது.

இந்த நிலையில் ஊருக்கு வந்ததும் அம்மாவிடம் எனக்கு இது வேண்டாம், வேண்டும் எனத் தீர்மானமாக எதையுமே சொல்ல இயலாமல் அம்மாவே ஒரு முடிவுக்கு வரட்டும் என்று காத்திருந்தான். பிள்ளை இப்படியே இருந்தால் குட்டிச்சுவரின் மேல் உறங்கும் கோழியைப் போல் ஆகிவிடுவானோ என்று பயந்தாள் தாய்.

அவனது அப்பாவின் நண்பர் ஒருவரைப் பார்த்து அவனது நிலையை எடுத்துச்சொல்லி உதவி கேட்டாள். அவர் இரக்கப்பட்டு, அந்த ஊரிலேயே பெரிய வித்துவானான வைத்தியநாத சுவாமியிடம் உதவியாளராகச் சேர்த்துவிட்டார்.

தனியாகப் பாடம் என்று எதுவும் கிடையாது. அவர் மனம் கோணாமல் நடந்துகொள்ள வேண்டும், கச்சேரிக்குச் சென்று அவர் வாசிப்பதை ஆழ்ந்து கவனிப்பதன் மூலம் கற்றுக்கொள்ளலாம். இவனது நடவடிக்கை பிடித்துப்போனால் ஒருவேளை அவரே இவனை அமர்த்திப் பல நுணுக்கங்களைச் சொல்லிக் கொடுக்கக்கூடும்.' இதுதான் சேர்த்துவிட்டவர் சாமிநாதன் அம்மாவிடம் சொன்னது. அதற்கு அவள் "பெரிய புண்ணியம்" என்று சொல்லி அவர் காலில் விழுந்தாள்.

வைத்திக்கு முன் எழுந்து அவர் கண்விழிக்கும்போது வாய் கொப்பளிக்கச் சொம்பில் தண்ணீர் வைத்து, அவர் குளித்து முடித்து வருவதற்குள் காரைத் துடைத்துச் சுத்தம் செய்து, வாசல் படிக்கட்டில் இறங்கியதும் அணிந்துகொள்ள காலணிகளை எடுத்து வைத்து, பிளாஸ்க்கில் காபி ஊற்றி, சுதிப்பெட்டியைப் பின்சீட்டில் வைத்து, வாத்தியத்தை உறையில் போட்டுத் தயாராக வைத்து, நெற்றியில் விபூதி அணிந்து பக்திச் சிரத்தையுடன் காத்திருப்பான்.

பட்டு வேட்டி, பட்டு ஜிப்பா, கையிலும் கழுத்திலுமாகத் தங்கச் சங்கிலிகள், நெற்றியில் திருநாகேஸ்வரம் குங்குமம், காதுகளில் சிவப்புக்கல் கடுக்கன், அறையிலிருந்து வெளிப்படும்போதே புறப்படும் ஜவ்வாது மணம், வாய் நிறையத் தாம்பூலம்,

உப்பிய கன்னத்தில் வெளிநாட்டுப் பவுடர் என வீட்டினுள் இருந்து கமகமவென வெளிப்படுவார். அவனது ஏற்பாட்டில் அவருக்கிருக்கும் திருப்தியின் அளவிற்குப் புன்னகை செய்வார்.

வைத்தியநாதசுவாமி கச்சேரிக்குத் தகுந்தபடி ராகங்களை வாசிப்பார். கோவில் உற்சவங்களுக்கு என்றால் கீர்த்தனைகளையும் ராகங்களையும் முறையான ஆலாபனையுடன் வாசிப்பார். திருமண விழா எனில் துரிதகதி கீர்த்தனைகளையும் சில திரைப்படப் பாடல்களையும் வாசிப்பார். ரசிகர்களுக்கு ஏற்ற முறையில் வாசிப்பதால் சுற்றுவட்டாரங்களில் அவர் நன்கு அறியப்பட்ட நாதஸ்வரக்காரராக இருந்தார்.

சாமிநாதனின் கண்களுக்கு மனத்தோடு தொடர்பிருந்ததே தவிர அவன் காதுகளுக்கும் மனத்துக்கும் வெகு தூரமாக இருந்தது.

கோவில் கச்சேரிகளில் வாசித்துக்கொண்டிருக்கும்போது சாமிநாதன் பலமுறை தாளத்தைத் தவறாகப் போட்டுவிடுவான். ஒருமுறை தேவகாந்தாரி ராகத்தில் வைத்தியின் நாதஸ்வரம் கறுப்பு மெழுகுவத்தியாய் உருகிக்கொண்டிருந்தது. எதிரில் அமர்ந்திருந்த எல்லோரும் அதில் திளைத்துக்கொண்டிருந்தார்கள், தவில்காரர்கூடப் பேருக்குத் தட்டிக்கொண்டிருந்தாரே தவிர நாதஸ்வரத்துக்கு மேலே ஒலியெழுப்பவில்லை. ஆலாபனையை முடித்துவிட்டுப் பல்லவிக்கு வரும்போது மொத்தக் கூட்டமும் நிமிர்ந்து அமர்ந்தது. அப்போது கண்ட கதி, திரிபுட தாளத்தில் அவர் வாசித்துக்கொண்டிருக்க, இவனது கைகளோ ஆதி தாளத்திலேயே தட்டிக்கொண்டிருந்தன. முன் வரிசையிலிருந்த சங்கீத நுட்பங்களைத் தெளிவுற அறிந்தவரான விழாக் கமிட்டி தலைவரின் முகம் கோணியது. அதை வைத்தியும் பார்த்துவிட்டார். சீவாளி மாற்றிவிட்டுத் துண்டால் முகத்தைத் துடைத்துக்கொண்டே யாரும் அறியாமல் தவில்காரரின் குச்சியை எடுத்து சாமிநாதனை ஓங்கி இடித்தார். விலாவைப் பிடித்துக்கொண்டு உட்கார்ந்துவிட்டான். இது எல்லாமே மின்னல் வேகத்தில் கச்சேரிக்கு இடையே நடந்தது.

இன்னொரு சந்தர்ப்பத்தில் தவிலுக்குத் தனி ஆவர்த்தன நேரம் கொடுத்துவிட்டுப் பின்னே சாமிநாதனிடம் கையை

நீட்டினார் வைத்தி. சாமிநாதன் பயபக்தியுடன் வெற்றிலைச் செல்லத்தைப் பிரித்துக் கொடுத்தான். வெற்றிலைக் காம்பை கிள்ளிவிட்டுச் சுண்ணாம்பைத் தடவியவருக்கு விரல்களில் சுண்ணாம்பு வித்தியாசமாகப் பொருபொருப்பாக இருக்க, சாமிநாதனை முறைத்துப் பார்த்து, "வாசன சுண்ணாம்பு எங்கேடா தண்ட தீவட்டி" என்று உள்ளே கடுமையும் வெளியே புன்னகையுமாகத் தொண்டைக்குள்ளிருந்து மெதுவாகக் கேட்டார். சாமிநாதனுக்குச் சிறுநீர் பிரிந்துவிடுவதைப் போலப் பயம் வந்துவிட்டது. "அண்ணே வூட்லயே வச்சிட்டு.." என்று அவன் சொல்லி முடிப்பதற்கு முன் துண்டால் முகத்தைத் துடைப்பதைப் போல உள்ளே வெற்றிலைப் பெட்டியால் அவன் முழங்கையில் ஓங்கி ஒரு இடி கொடுத்தார். சாமிநாதனுக்கு நீர் தளும்பி கண்ணெரிச்சல் வந்துவிட்டது.

அன்றைக்குக் கச்சேரி முடிந்து காரில் வரும்போது பொறி கலங்க வைக்கும் அறை ஒன்றும் சில தஞ்சாவூர் கெட்ட வார்த்தைகளும் கிடைத்தன.

குருவிடம் கிடைத்த அனுபவங்களும் வயதின் ஏற்றமும் அவனை உந்தித் தள்ள, அவ்வப்போது தன்னுணர்வு பெற்றவனாக வீட்டிலிருக்கும் நாதஸ்வரத்தை எடுத்து அன்று குருநாதர் வாசித்த ராகத்தை முயன்று பார்ப்பான். அக்கம்பக்கத்தினரில் பெரும்பாலானோர் வாத்தியக்காரர்கள்தான் என்பதால் அவன் வாசிக்க ஆரம்பித்ததுமே கேட்பவரின் முகம் நெளியும். அந்த ஒலியைச் சகிக்க முடியாமல் காதுகளைப் பொத்திக் கொள்வார்கள். "அப்பன் பேர கொல பண்றதுக்காகவே நாதஸ்வரத்த கைல எடுத்துருக்கான்" என அவன் தெருவில் நடந்து போகும்போது பகிரங்கமாக திட்டுவார்கள்.

கீர்த்தனைகளும் ராகங்களும் மனத்தில் இருந்தாலும் கைக்கு வரவில்லையே என்ற ஏக்கம் குளவியாகி மனத்தைக் கொட்டிக்கொண்டே இருந்தது. அப்போதெல்லாம், "அய்யோ நான் ஏன் பொறந்தேனோ.. எனக்கு எதுவுமே சரியா வரமாட்டுதே" என்று உள்ளுக்குள் புழுங்கி அழுவான்.

பல சமயங்களில் நாதஸ்வரத்தை வாசிக்கக் கையில் எடுத்தாலே மணிக்கட்டுகள் நடுங்க ஆரம்பித்தன. கரங்கள்

அசைவே கொடுக்காமல் மரத்துப் போவதைப் போல உணர்ந்தான். சட்ஜத்திலிருந்து ரிஷபத்துக்கு விரல்கள் நகராமல் துளைகளின் மீது ஒன்றோடொன்று இணைத்துக் கட்டப்பட்டதைப் போலக் கிடந்தன. அவனுக்கு ஒரு வரியைச் சுதியோடு வாசிப்பதே ஓடும் குதிரையின் மேல் நின்றுகொண்டு சவாரி செய்வதைப்போல இருந்தது.

தெருக்காரர்களின் நகைப்புக்குப் பயந்து ஊருக்கு ஒதுக்குப்புறமாக இருந்த காளியம்மன் கோவிலுக்குச் சென்று அதிகாலையிலேயே பயிற்சி செய்ய ஆரம்பித்தான். விடிவதற்கு முன் சென்று வாசிக்கத் தொடங்கி ஊர் துயில் கலையும் முன் வீட்டிற்கு வந்தான்.

ஓரளவிற்குத் தைரியத்தை வரவழைத்துக்கொண்டு குருநாதரிடம் ராகங்கள் குறித்தும் நுணுக்கங்கள் குறித்தும் கேள்வி கேட்கத் தொடங்கினான். வைத்திக்கு அவன் கேட்பது ஆச்சரியமாக இருப்பினும் அவனது கேள்விகளுக்கு ஆர்வத்துடன் பதில் சொல்வார்.

சில நாட்களில் அவரே அவன் கையில் வாத்தியத்தைக் கொடுத்து வாசிக்கச் சொன்னார். நடுங்கும் கரங்களில் அனலாய் உருளும் நாதஸ்வரத்தை விரல்களே மனமாகி அழுந்தப் பற்றிக்கொண்டு வாசிப்பான். பிழையாக அவன் வாசித்த இடங்களை வைத்தி சுட்டிக்காட்டித் திரும்ப வாசிக்கச் செய்வார். நாளடைவில் ஓரளவிற்குச் சமாளித்து வாசிக்க முடியும் என்ற நிலைக்கு வந்திருந்தான் சாமிநாதன்.

ஐப்பசி மாத உற்சவத்தில் சுவாமி ஊர்வலம் நடந்துகொண்டிருந்தது. இரண்டாவது நாதஸ்வரமாகச் சாமிநாதனையே வாசிக்கச் சொல்லியிருந்தார். அன்றைக்கு அச்சமும் ஆனந்தமும் சாமிநாதனை ஒருங்கே அணைத்துக்கொண்டிருந்தன. தெற்கு வீதியில் ஊர்வலம் நுழைந்தது. முன்னாள் கலெக்டரும் இன்னாள் கோவில் காரியதரிசியுமான முக்கியஸ்தரின் வீட்டின் முன் தீபாராதனைக்காகச் சுவாமி வாகனம் நின்றது. தவில்காரர் கோர்வையை வாசித்துக்கொண்டிருந்தார். ஆபேரி ராகத்தில் நகுமோமு வாசிக்கலாம் எனச் சாமிநாதனிடம் சொல்லி வைத்திருந்தார் வைத்தி. தவில்காரர் நடை வாசித்து

நாதஸ்வரத்திற்கு எடுத்துக் கொடுக்கும் இடத்தில் வைத்தி நாதஸ்வரத்தை வாயில் வைத்து வாசிக்க எத்தனிக்கும்போதே சாமி அவரை முந்திக்கொண்டு வாசிக்கத் தொடங்கினான்.

வைத்தி தன்னைக் கட்டுப்படுத்திக்கொண்டு உடன் வாசித்தார். ஒற்றையடிப் பாதையில் ஓட்டத் தெரியாதவன் அருகில் சைக்கிள் ஓட்டுவதைப் போல மிகக் கவனமாக அவர் சரிசெய்து வாசித்துக்கொண்டிருந்தார். திடீரெனச் சாமியின் நாதஸ்வரச் சுதி தாறுமாறாக விலகியோடி அடிபட்ட வலி தாங்க முடியாத மயிலின் அகவலாக அபசுரமாகக் கேட்கத் தொடங்கியது. காரியதரிசி தன்னை மீறிச் சிரிக்க, ஒரு வெடியின் பொறி பறந்து வந்து சரவெடியைப் பற்ற வைத்தது போல சுற்றியிருந்த கூட்டமும் அதிரச் சிரித்தது. சாமிநாதன் மேலும் கைகள் நடுங்கி, பூனை அழுவதைப் போல, விட்டுவிட்டு வாசித்துக்கொண்டிருந்தான். வைத்தியநாதசாமிக்கு உடலிலிருந்து மொத்தக் குருதியும் மண்டைக்கு ஏறியது. தன் கையை ஓங்கி அவன் கையிலிருந்த வாத்தியத்தை வெடுக்கெனத் தட்டிவிட்டார். சீவாளி மோவாயில் இடிக்க வலி தாங்காமல் முகத்தைப் பிடித்தான் சாமிநாதன். நாதஸ்வரம் பொத்தெனக் கீழே விழுந்தது. வெறி வந்தவரைப் போல அவனைச் சரமாரியாகத் தாக்கத் தொடங்கினார். கூட்டத்தினர் அவர்களுக்கிடையே புகுந்து விலக்கிவிட்டனர். வைத்திக்கு மூச்சு வாங்கியது. அவரது மூச்சுச் சத்தத்தைவிட வேகமாகச் சாமிநாதனின் மூச்சுச் சத்தம் கேட்டது. அதைக் கேட்டு மேலும் கொதிப்படைந்தவராக ஓடிச்சென்று அவனை எட்டி உதைத்தார் வைத்தி. “நீயெல்லாம் உண்மையிலயே ஒரு வாத்தியக்காரனுக்குப் பொறந்தவனாடா.. கம்னாட்டி பயலே” என்று ஆவேசமாக அவனை நோக்கி ஓடினார். அவருக்கு அவன் அபஸ்வரமாக வாசித்ததைக் காட்டிலும் தன் கண்ணசைவுக்கு முன்னரே வாசித்துவிட்டானே என்ற கோபம்தான் அதிகமாக இருந்தது.

கூட்டத்தினர் வந்து விலக்கப் பார்த்தும் வைத்திக்கு ஆவேசம் குறையவில்லை. இன்னும் இரண்டு உதைகள் விட்ட பிறகே அவர் கால்கள் நிலத்தில் ஊன்றின. அவன் தடுமாறி

விழப்போன போது அவனது வேட்டி அவிழ்ந்து கீழே சரிந்தது. கூட்டத்திலிருந்த ஒருவர் அதை அவன் இடுப்பில் சுற்றிக் கட்டிவிட்டார். சாமிநாதனுக்கு உடம்பிலிருந்த மொத்த ரத்தமும் சுண்டியதைப் போல ஆகிவிட்டது. சுற்றியுள்ள எல்லோர் கண்களிலும் அவன் காயத்துடனும் அவமானத்துடனும் நிற்க முடியாமல் நின்றுகொண்டிருந்தான். ஏதோ நினைவுக்கு வர கீழே கிடந்த நாதஸ்வரத்தைப் பார்த்தான். மண் ஒட்டிக் கீழே கிடந்த நாதஸ்வரத்தைப் பார்க்கும்போது தன் அப்பாவை யாரோ அடித்துத் தெருவில் போட்டதைப் போலத் தோன்றியது. பதறி ஓடிப்போய் நாதஸ்வரத்தைக் கையில் எடுத்துக்கொண்டான்.

நெஞ்சில் நாதஸ்வரத்தை அணைத்துக்கொண்டு கூட்டத்திலிருந்து ஓடத் தொடங்கினான். நிழலும் துணையற்ற இருட்டை அடைந்தபோது அவமானத்தின் கைகள் அதன் மீதிருந்த பிடியைச் சற்று தளர்த்தின.

அன்றைக்கு வீட்டுக்கு வந்ததும் முடிவெடுத்தவன்தான். அதிலிருந்து நாதஸ்வரத்தைத் தொடுவதே இல்லை. அம்மாவிடம் நெடுஞ்சாண்கிடையாக விழுந்து, "எனக்கு நாதஸ்வரம் வாசிக்க வரல. நான் வேற எதாவது வேலைக்குப் போறன்ம்மா" என்று சொன்னான். தாயாரால் மகனைத் தடுக்க முடியவில்லை.

சட்டைநாதர் கோவிலுக்கு அருகிலிருந்த ஒரு ஹோட்டலுக்கு சப்ளையர் வேலைக்குப் போனான். சில நாட்கள் எல்லாவற்றையும் மறந்து வேலைக்குப் போவதும் வருவதுமாக இருந்தான்.

ஒருநாள் வாடிக்கையாளர்களுக்கு உணவு பரிமாறும்போது கோவிலிலிருந்து நாதஸ்வர ஓசையும் தவிலும் அவனுக்குக் கேட்டது. உச்சி முடியை வெடுக்கெனப் பிடித்திழுத்ததைப் போல அதிர்ந்து நின்றான். மின் விசிறிக்குக் கீழே நின்றிருந்தாலும் உடல் வியர்த்து நடுங்கியது. உணவு மேஜைகளுக்கு நடுவே சாம்பார் வாளியுடன் பொத்தென மயங்கி விழுந்தான்.

மறுநாளிலிருந்து கோவிலைக் கடந்து கடைக்குள் நுழையும்போதெல்லாம் ஒருவித நடுக்கம் அவனுக்குள் புகுந்துகொண்டது.

மிரட்சியான பார்வையும் அச்சம் படர்ந்த பேச்சுமாக இருந்தவனைப் பார்த்த அம்மா முனீஸ்வரன் கோவிலில் தாயத்து மந்திரித்துக் கையில் கட்டிவிட்டாள்.

நாளாக நாளாக, கோவிலில் இருந்து கேட்கும் வாத்தியம் இவன் காதுகளுக்கு மிகவும் அருகில் கேட்க ஆரம்பித்தது. அந்தச் சமயங்களில் அந்தச் சத்தத்தைக் கேட்காமல் இருப்பதற்காகச் சமையற்கட்டில் போய் நின்று சமையல்காரரிடம் ஏதேனும் வலியப் பேச்சுக் கொடுப்பான். சமையற்கட்டினுள் பாத்திரங்களின் உருட்டல் சத்தங்களையும் குழம்பு கொதிக்கும் ஒலியையும் தவிர வெளியிலிருந்து வரும் வேறெந்தச் சத்தமும் கேட்காது.

வீட்டிற்கு வந்தால் நடுக்கூடத்தில் மூலையில் துணி போட்டு நிறுத்தி வைத்திருக்கும் நாதஸ்வரம் இருக்கும். பூசைகள் செய்யாது நெடுநாட்கள் துணியால் மூடி வைத்திருக்கும் தெய்வச் சிலையைப் போலத் தோன்றும்.

"ஏன்டா தலமுறை தலமுறையா ராகங்களும், கீர்த்தனைகளுமா பொழிஞ்ச வாத்தியத்த இப்புடி மூலைல சாத்தி வெச்சுருக்கியேடா பாவி?" என்று அப்பாவின் குரலில் கேள்வி கேட்கும்.

இதனாலேயே அது வைக்கப்பட்டிருக்கும் திசையைத் திரும்பியே பார்க்க மாட்டான்.

சாலையில் நடக்கும்போது சிறுகுழந்தைகள் ஊதாங்குழலைக் கையில் வைத்திருப்பதைப் பார்த்தாலே அடி வயிற்றில் குளுமையாக எதுவோ மேலெழுந்து உடல் நடுக்கம் உண்டாகிவிடும்.

ஏதேனும் வேலையில் ஈடுபட்டால் நாதஸ்வர ஒலி கேட்பதில்லை. லேசான ஓய்வில் உடம்பு இருந்தால் மனசில் நாதஸ்வர ஒலி விஸ்வரூபம் எடுக்கத் தொடங்கும். ஒருகட்டத்தில் ஓங்கி வளர்ந்து வளர்ந்து தானே நாதஸ்வரமாக மாறிவிட்டதாய்த் தோன்றும்.

அவன் பிறந்தபோது அந்த சந்தோஷத்தைக் கொண்டாட அவனது அப்பா தோடி ராகம் வாசித்ததாக அம்மா சொல்வாள். இப்போதெல்லாம் அவன் தூங்கும்போது தோடி ராகத்தில் நாதஸ்வரம் அழுகைச் சத்தம் போலக் கேட்க

ஆரம்பித்திருந்தது. திடீரெனத் தூக்கம் கலைந்து எழுந்து பார்க்கும்போது நாதஸ்வரம் மூலையில் இருந்தது. சட்டென்று அதைப் பழைய சாமான்கள் வைக்கும் அறைக்குள் மாற்றி வைத்தான். மறுநாளும் அந்த அறைக்குள்ளிருந்து சத்தம் வர, தூக்கம் இல்லாமல் வெறிக்க வெறிக்க அமர்ந்திருந்தான். காதுகளில் பஞ்சை வைத்துக்கொண்டு தூங்கினாலும் நாதஸ்வர ஒலி கேட்டபடியேதான் இருந்தது. காதுகளை அடைத்துக்கொண்டால் மனத்தில் கேட்பதையெல்லாம் தடுக்க முடியுமா என்ற வார்த்தைகள் திரும்பத் திரும்ப அவனுக்குள் தோன்றிக்கொண்டே இருந்தன. ஓசை உள்ளிருந்து கேட்டுக்கொண்டிருக்க, வெளியில் காணும் எல்லாவற்றிலிருந்தும் அவன் விலகி ஓடிக்கொண்டிருந்தான்.

நாதஸ்வர ஒலி தினம் தினம் அவன் மனத்தைத் தொந்திரவு செய்துகொண்டேயிருக்க, தூக்கமும் உணவும் இல்லாமல் தவித்தான். உடலும் மனதும் சோர்வாகி நிம்மதியிழந்து துயருற்றான். அதற்குத் தீர்வுகாண கும்பகோணத்தில் தனக்குத் தெரிந்த ஆளிடம் சொல்லி நாதஸ்வரத்தை விற்றுவிடுவது என முடிவுசெய்தான். அம்மாவுக்குத் தெரிந்தால் குடும்பத்திற்குக் குலதெய்வமாக இருக்கும் வாத்தியத்தை விற்பதற்காக மிகுந்த வருத்தமடைவாள். தளர்ந்த வயதில் வீட்டைவிட்டே சென்றாலும் சென்றுவிடுவாள். அதனால் அம்மாவிடம் தனக்குத் தெரிந்த ஒருவர் துணை நாதஸ்வரமாகக் கும்பகோணத்திற்குக் கச்சேரிக்கு வரச்சொன்னதாகப் பொய் சொல்லிவிட்டுப் புறப்பட்டான். திரும்பி வரும்போது நாதஸ்வரத்தைக் குறித்து அம்மா கேட்டால் தொலைந்துவிட்டது அல்லது திருடு போய்விட்டது என்று சொல்லவும் மனத்திற்குள் திட்டமிட்டான்.

"கும்பகோணம்.. கும்பகோணம்லாம் எறங்கு." பெரிய பாத்திரத்திற்குள்ளிருந்து யாரோ பேசுவது போலிருந்தது. கண்ணைக் கசக்கினான். பக்கத்தில் இருந்தவர் இவனை இடித்தபடியே இறங்கினார். ஜன்னல் வழியே பார்க்கும்போது எல்லோரும் இறங்கிக்கொண்டிருந்தார்கள். தலையை உதறிச் சட்டென்று எழுந்து நாதஸ்வரம் வைத்த இடத்தில் பார்த்தான். இரண்டு இரும்பு போல்ட்டுகள் மட்டும் கிடந்தன. நாதஸ்வரத்தைக் காணவில்லை.

"ஐயோ.. நாதசொரம்". நாதஸ்வரத்தை வாங்கி வைத்த பெரியவரின் முகத்தை யோசனை செய்து பார்த்தான். கண்ணாடி, மாந்தளிர் நிற மேல்சட்டை எல்லாம் நினைவுக்கு வந்தும் அவர் முகம் நினைவுக்கு வரவில்லை. மாறாக, அம்மாவின் முகமே நினைவுக்கு வந்தது. ஒரு பொய் சொல்ல நினைத்து அதுவே உண்மையாகிவிட்டதே! "அவையம்பா என்ன மன்னிச்சிடு" என்று திரும்பத் திரும்பச் சொல்லிக்கொண்டான்.

அது சாமிநாதனின் அப்பாவுக்கு நாதஸ்வரத்தில் ஆர்வம் துளிர்த்தபோது அவனது தாத்தா நரசிங்கம்பேட்டை ரங்கநாதன் ஆசாரியிடம் செய்து வாங்கிவந்த நாதஸ்வரம். அப்பா உயிரோடு இருந்தவரை அதைத் தொடாத நாளில்லை. அந்த வாத்தியத்தின் ஒவ்வொரு துளைகளைச் சுற்றியும் படிந்திருக்கும் அப்பாவின் விரல் ரேகைகளுக்கு ராகங்கள் 'இதோ வந்தேன் ராஜாவே' என்று பணிந்து வரும்.

ஓட்டுநரும் நடத்துநரும் டீ குடித்துக்கொண்டிருந்தார்கள். விசாரிக்கச் சென்றவன் சட்டெனத் தயங்கிப் பின்வாங்கினான். "நீ என்னடா என்ன விக்குறது? நானே ஒன்ன விட்டுப்போறேன்னு போய்டுச்சோ?" என்று வாய்க்குள் முனகிக்கொண்டே பேருந்து நிலையத்திலிருந்து வெளியே வந்தான். சட்டென உடல் எடையற்றதாக ஆனதைப் போல விடுதலை உணர்வு பெற்றவனாக நடந்தான். அப்பாவும் தாத்தாவும் இன்று கனவில் வரலாம். மனசு ஓயாமல் பிராண்டியது. அதனிடமிருந்து தப்பிக்க நாகேஸ்வரன் கோவிலுக்குள் நுழைய எத்தனித்தவன், அங்கிருந்து தவில் சத்தம் ஒலிக்கத் தொடங்க, சடேரென மனம் மாறிச் சில தப்படிகள் தள்ளியிருந்த ஒரு திரையரங்கத்திற்குள் நுழைந்தான். படம் தொடங்கி ஐந்து நிமிடம் ஆகியிருந்தது. இருட்டில் துழாவியபடியே முன் வரிசையில் இருந்த ஒரு சீட்டில் அமர்ந்தான். அருகில் இருந்தவனிடமிருந்து மது வீச்சம் அடித்தது.

திரையில் நாயகனும் நாயகியும் பேசிக்கொண்டிருந்தார்கள். உடனே அவர்களின் திருமணக் காட்சி வந்தது. பின்னணியில் நாதஸ்வரம் தவில் ஒலிக்க ஆரம்பித்தவுடன் சாமிநாதனுக்குக்

கால் விரல்களுக்கிடையில் ஈரப் பஞ்சால் நனைத்ததைப் போலிருந்தது. உடலில் சட்டென்று ஒருவிதமான குளிரை உணர்ந்தவனாய் கால்களைத் தூக்கி இருக்கையின் மேலே வைத்துக்கொண்டான். பாடல் இடையில் இரண்டு மூன்று பேர் திரையரங்கக் கதவைத் திறந்து வெளியே போகும்போது சரிந்து கிடந்த வெள்ளை நிறத் தூண் நிமிர்ந்ததைப் போல வெளிச்சம் வந்தது. சாமிநாதன் எழுந்து திரையரங்கை விட்டு வெளியே வந்தான்.

தெருவிற்குள் இறங்கி நடந்தான். ஒரு நீண்ட வேலிப்படல் முழுவதும் செம்பருத்திச் செடிகள் கழுத்தை வளைத்து எட்டிப் பார்த்துக்கொண்டிருந்தன. நீண்ட வரிசையில் மல்லாரி வாசிக்க நிற்கும் நாதஸ்வரக்காரர்களைப் போலத் தெரிந்தன செம்பருத்திகள். அதன் இதழ்கள் அணைசுவைப் போலிருந்தன முதன்முறையாக மலர்களைப் பார்க்கும் குழந்தையின் பிரமிப்பு அவன் கண்களில் துலங்கியது. இதழ்களிலிருந்து வெளிவரும் மகரந்தங்கள் ராகங்களாகத் தோன்றின. மெல்ல அடியெடுத்து அருகில் சென்று ஒரு மலரை மெதுவாகத் தொட்டான். எங்கிருந்தோ ஒரு வண்டின் ரீங்காரம் மலையமாருதத்துக்கான ஆலாபனை போலக் கேட்கத் தொடங்கியது. மெல்லக் காற்றடித்து செம்பருத்தித் தண்டுகளை அசைத்தது. சட்டென்று ஒரே நேரத்தில் ஒன்றுபோல எல்லாச் செம்பருத்திகளும் மேலும் கீழுமாக அசைய, உலகத்திலுள்ள அத்தனை செம்பருத்திகளும் இந்நேரம் அசையுமோ என எண்ணினான். ஒவ்வொரு செம்பருத்தியும் ஒரு நாதஸ்வரம். எல்லாவற்றிலிருந்தும் நாதம் தளும்பி வழிகிறது. தனக்குள் புகும் காற்றையெல்லாம் கல்யாணியாக, தோடியாக, ஆபேரியாக, ஊசேனியாக எனப் பல்வேறு ராகங்களாக உருமாற்றிக்கொண்டிருந்த மலர்களின் அசைவுகளைக் கண்டு அவனது உடல் ரோமங்கள் குத்திட்டு நின்றன. இப்போது எல்லா நாதஸ்வரங்களிலிருந்தும் ஏக காலத்தில் ஒரே ராகம் கேட்கத் தொடங்க, அப்படியே செம்பருத்திச் செடியின் அடியில் தாங்க முடியாமல் மண்டியிட்டு அமர்ந்து, “ஐயோ கடவுளே என்னால முடியலயே.. முடியலயே..” என்று கதறி

அழத் தொடங்கினான். திடுமெனப் பேருந்து நிலையத்தை நோக்கி ஓட்டமெடுத்தான்.

நேரக் கண்காணிப்பாளரிடம் தான் வந்த பேருந்தைச் சொல்லி அது மறுபடியும் எத்தனை மணிக்கு வரும் எனக் கேட்டுக் காத்திருந்தான்.

இரண்டரை மணி நேரம் கழித்து அதே பேருந்து வந்தது. நடத்துநரிடம் சென்று, ”சார் போன ட்ரிப்ல சீர்காழியில ஏறுனேன். கூட்டமா இருந்ததால என் நாதஸ்வரத்த ஒரு பெரியவர் வாங்கி லக்கேஜ் வைக்கிற எடத்துல வச்சாரு. கும்மாணம் வந்து பாக்கும்போது நாதஸ்வரத்த காணும்” என்று பரிதாபமான குரலில் சொன்னான். ”எது நாதஸ்வரத்த காணுமா? சின்னதா இருந்தாலாவது யாராவது கொழந்தைக்கு எடுத்துட்டுப் பொயிருப்பாங்கன்னு சொல்லலாம். அத எடுத்துட்டுப் போயி யாரு என்னங்க பண்ணப் போறாங்க?” நடத்துநர் பயணச்சீட்டுகளை அடுக்கிக்கொண்டே சொன்ன பதிலில் அவனுக்குத் திருப்தியில்லாமல் இருந்தது.

“சார் யாராவது நாதஸ்வர ஒறையோட எறங்குனத பாத்தீங்களா?” சாமிநாதனின் கேள்விக்கு நடத்துநர் “ப்ச்” என்றார்.

“சார் நூத்துக்கணக்கான பேஸஞ்சர் வர்ற வண்டியில யார் கையில ஊதாங்குழல் இருந்ததுன்னு பாக்குறதா என் வேல?” இப்போது கண்டக்டரின் குரலில் ஒருவிதச் சலிப்பும் அசதியும் உயர்ந்திருக்க, சாமிநாதன் அவரிடம் ‘சார் அது நாதஸ்வரம்’ என்று சொல்ல நினைத்து விழுங்கினான். சற்றுத் தள்ளி நின்றிருந்த ஓட்டுநர் அவர்களைப் பார்த்துக்கொண்டே அருகில் வந்து, “என்னாப்பா? காலைல சீர்காழில ஓடிவந்து ஏறுன ஆளுதானே நீ.. என்னா விஷயம்?” என்று கேட்க, சாமிநாதன் குரலை ஆசுவாசப்படுத்திக்கொண்டு, “அண்ணே என் நாதஸ்வரத்த பஸ்லயே வச்சுட்டேன்ணே.. கும்மாணத்துக்கு வந்து பாத்தா காணுங்கண்ணே.” இந்த முறை சாமிநாதனுக்குக் குரல் உடைந்துவிட்டது. ”இல்லியே. நீங்க வெறுங்கையோடதானே ஓடி வந்து ஏறுனீங்க..” ஓட்டுநர் உறுதியான தொனியில் சொன்னார். சாமிநாதனுக்கு நெஞ்சில் அறைந்ததைப் போலிருந்தது.

”இல்லண்ணே ஒரு பெரியவர் வாங்கி வெச்சாரு” என்று மறுபடியும் ஆரம்பிக்க, ஓட்டுநர் “யோவ்.. எதுவும் இல்லாம வெறுங்கையோடதான்யா ஏறுனேங்கறேன்.. நாதஸ்வரத்தோட ஏறி இருந்தா வேகமா வெளிய வர்ற வண்டியில் ஓடிவந்து படியில எப்டி தொத்திருக்க முடியும்?” என்று சொல்ல, காலையில் வீட்டில் புறப்பட்டதில் இருந்து பேருந்து நிலையம் வந்தது வரை நினைவை மீட்டிப் பார்த்தான். நாதஸ்வரத்தை வீட்டிலிருந்து எடுத்துக்கொண்டு வந்தோமா என்று சந்தேகம் சாமிநாதனுக்கு முதன்முறையாக உண்டானது.

உறுமிக்கொண்டே நின்ற சீர்காழி பேருந்தில் ஏறி அமர்ந்தான். மாந்தளிர் நிற உடையணிந்து நாதஸ்வரத்தை வாங்கி வைத்த பெரியவர், தன் பக்கத்தில் உட்கார்ந்திருந்தவர் என எல்லோரையும் நினைவில் மீட்டிப் பார்த்தான். யார் முகமும் நினைவுக்கு வரவில்லை.

சோர்வும் களைப்புமாகத் தெருவிற்குள் நுழைந்தவன் தூரத்தில் குண்டு பல்பு வாசலில் எரியும் தன் வீட்டைப் பார்த்ததும் ஆவேசமாக நடந்தான். அம்மா அடுப்பு ஊதிக்கொண்டிருந்தாள். அந்த ஒலி நாதஸ்வர வித்துவான் சீவாளியைச் சரிபார்க்க ஊதுவதைப் போல சாமிநாதனுக்குக் கேட்டது. வேகமாக ஓடி வீட்டின் மூலையைப் பார்த்தபோது அது அங்கே இல்லை. சாமிநாதனுக்குத் தலை சுற்றியது. பேருந்தின் ஆரன் சத்தம் மண்டைக்குள் மாறி மாறிக் கேட்க, தலை சுற்றிச் சுவரோடு சரிந்து உட்கார்ந்தவனுக்கு உள்ளறையிலிருந்த சாமிப் படத்தின் முன்பு நாதஸ்வரத்தை அம்மா சாற்றி வைத்திருப்பது தெரிந்தது.

“ஏன்ம்ப்பா எங்க போன.. இன்னைக்கு வேலைக்குப் போகலையா?” என்றபடி அவன் கையில் தண்ணீர்ச் சொம்பைக் கொடுத்தாள் அம்மா.

“அம்மா நான் வந்து நாதஸ்வரம்...” என்று அவன் திணறிச் சொல்லத் தொடங்கும் முன்பே, “நீ ராத்திரியில பயந்த கொணம் கொண்ட மேறி வெறுங்கையாலயே நாதஸ்வரம் ஊதுற.. அப்புறம் ஓ..ன்னு அழுவுற.. அதனாலதான் என்னுமோ எதோ மகமாயின்னு.. சாமி எடத்துல கொண்டுபோயி வச்சிட்டன்ப்பா” என்றாள்.

சாமிநாதன் முகத்தில் ரத்த ஓட்டமில்லாததைப் போல உறைந்து நின்றான்.

“தம்பி.. நான் மனசுல பட்டத சொல்லட்டுமா? ஒனக்கும் நாயனத்துக்கும் விதிக்கல போலருக்குப்பா. பெசாம யார்கிட்டியாவது கொண்டுபோயி குடுத்துருப்பா..”

அம்மா அப்படிச் சொன்னதும் சாமிநாதனுக்குப் பொங்கிக்கொண்டு வந்தது. விழியோரங்கள் ஈரமாயின. நாதஸ்வரத்திலேயே அவனது பார்வை நிலைகுத்தியிருந்தது.

சாமி அறையை நோக்கிச் சென்றான். தாத்தா அப்பா படத்திற்கு முன் இருந்த நாதஸ்வரத்தை எடுத்தான். அப்போதுதான் பிறந்த குழந்தையைத் தூக்கும் தகப்பனைப் போல நாதஸ்வரத்தை ஏந்தி மார்போடு அணைத்துக்கொண்டான். சீவாளியை எச்சில்படுத்தி உயிரூட்டிய பின், கண்ணை மூடி அடிவயிற்றிலிருந்து காற்றெடுத்து ஊதத் தொடங்கினான். அவனது கழுத்து நீண்டு, கன்னங்கள் காற்று புகுந்த பலூனைப் போல உப்பின. ஆபேரி ராகத்தில் ஆலாபனை புது வெள்ளமாய்ப் பாயத் தொடங்கியது. துடுக்கான சிட்டுக்குருவிகளென அவனது விரல்கள் துளைகளின் மேலே அசைந்துகொண்டிருந்தன. ஒரு நடுக்கமோ தயக்கமோ இன்றி இம்மியும் விலகாத சுதியுடன் சரளமாகப் பொழிந்தது நாதம்.

தூரத்தில் இருப்பவர்களைக் கைநீட்டி அழைப்பதைப் போலப் பரந்தவெளியில் இருக்கும் மொத்தக் கீதத்தையும் வீட்டிற்குள் வரவேற்றுக்கொண்டிருந்தது அவனது நாதஸ்வரம்.

அடர்ந்த வனத்தில் ஓசையெழுப்பி ஓடிக்கொண்டிருக்கும் ஆறு, ஆங்காங்கே எதிர்படும் பாறைகளில் பட்டுச் சிலிர்த்துக்கொள்வதைப் போலச் சங்கதிகள் தெறித்து விழுந்தன. அடுப்பில் கிடந்ததை அப்படியே போட்டுவிட்டு ஓடிவந்த தாயார் அதிர்ச்சியோடு நின்றாள். தான் பிரசவ நாளன்று அடைந்த மகிழ்ச்சியைத் திரும்ப ஒருமுறை மீட்டுத் தந்த மகனைப் பெருமையுடன் பார்த்துக்கொண்டிருந்தாள்.

“நகுமோமு” என்று சாமிநாதன் ஆரம்பிக்க, வீட்டு வாசலில் கூட்டம் கூடிவிட்டது. சட்டென அந்த வீடு முழுவதும்

நட்சத்திரங்கள் இறைந்து கிடப்பதைப் போல நாதம் வீட்டை நிறைத்தது.

வளையாத பெரும் நாகத்திலிருந்து வளைந்த நெளிநெளியான குட்டி நாகங்கள் வெளியே வருவதைப் போலச் சங்கதிகள் வந்து விழுந்தன.

வீட்டிற்குள் வந்த தெருவாசிகள் எல்லோரும் தெய்வச் சன்னிதியில் நிற்பதைப் போலப் பரவசத்தோடு நின்றிருந்தார்கள். குழந்தைகள் சாமிநாதனைப் பார்த்துக் கைதட்டிக்கொண்டே இருந்தார்கள். மழைக்காலங்களில் ஈர மண்ணோடு அழுந்திக் கிடக்கும் பன்னீர்ப் பூக்களின் சுகந்தம் காற்றில் பரவியது. முன் அறிமுகம் இல்லாமல் மழைக்கு ஒதுங்கி நிற்பவர்களுக்குள் இனம் புரியாமல் உண்டாகும் சிநேக உணர்வு அக்கணம் அங்கிருந்த எல்லோர் முகத்திலும் துலக்கமாகத் தெரிந்தது. யாருக்கும் தெரியாமல் படரும் கொடிபோல வாத்தியத்திலிருந்து வந்த நாதம் அங்கு நின்றிருந்த ஒவ்வொருவரையும் கட்டிப்போட்டது.

'ஜகமேலே பரமாத்ம எவரிதோ மொறலிடுது' என்ற வரியைச் சாமிநாதன் நெஞ்சுருக வாசிக்கும்போது அவனது கண்களில் அனிச்சையாகக் கண்ணீர் கொட்டத் தொடங்கி மார்பில் இறங்கியது. 'பரமாத்மாவே இந்த உலகத்தில் உன்னையன்றி யாரிடம் நான் முறையிடுவேன்' என்று அர்த்தப்படும் அந்த வரியில் வீட்டிற்குள் நின்றிருந்த பலருக்கும் விழிகள் கலங்கின. தன் வயனமான வாசிப்பில் ஒருமுறை வந்த சங்கதி மறுமுறை வராமல் கற்பனைகளை அள்ளிக் கொட்டிக்கொண்டே இருந்தான். மனதில் தோன்றுவதையெல்லாம் கைகள் ஜாலம் செய்துகொண்டிருப்பதைப் பார்க்கும்போது அவன் மனமே கைகளாக மாறிவிட்டதோ என்று பார்ப்பவர்களுக்குத் தோன்றியது.

இத்தனையும் இவ்வளவு நாட்களாக இவனுக்குள்தான் இருந்ததா என்பதைப் போல மொத்தக் கூட்டமும் வியந்து பார்த்துக் கொண்டிருந்தார்கள்.

நேரம் ஆகிக்கொண்டே இருந்தது, சாமிநாதன் வாசிப்பை நிறுத்தவேயில்லை. கனன்று எரியும் தீ ஜ்வாலை போல

அவன் உடலை நாதம் அசைத்தது. துளைகளின் மீது படர்ந்திருந்த விரல்கள் தக்கையாய் மாறி வேகமெடுத்தன. பார்த்துக்கொண்டிருந்தவர்களுக்கு அவன் படபடத்து எரியும் சுடரைப் போலக் காட்சி தந்தான். அவனது உடம்பிலிருந்து வியர்வை அருவியைப் போல வழிந்தது. அவன் அம்மா ஒரு துண்டை வைத்து உடல் முழுக்கத் துடைத்துக்கொண்டே இருந்தாள். அவனது தொண்டைக்குழியில் காலையில் வைத்த குங்குமம் வியர்வையில் கரைந்து சிவப்பாய் வழிவதைப் பார்க்கும்போது தொண்டை பொத்துக்கொண்டு ரத்தம் வருகிறதோ என்று கூட்டத்தினரை நினைக்க வைத்தது. அம்மா அதைப் பதறிப்போய் துடைத்தாள். இது எதுவும் பொங்கும் புனலெனப் பெருக்கெடுத்துக்கொண்டிருந்த அவனது வாசிப்பை நிறுத்தவேயில்லை.

*

நாதஸ்வர கலாநிதி காருக்குறிச்சி அருணாசலம் அவர்களுக்கு
அகம் பணிந்து சமர்ப்பணம்.

நஞ்சமுது

மேகங்களைக் கலைத்துப் போட்டு விளையாட்டுக் காட்டிக்கொண்டிருந்தது வானம். எந்நேரமும் மழை வரலாம் என்று தோன்றியது. இசை எழுப்பாத மொட்டைமாடிக் கொடிகள் காற்றின் மீட்டலில் துள்ளிக்கொண்டிருந்தது.

"நான் எதுக்காக ஊருக்கு வரணும் சொல்லு? இன்னும் என்ன மிச்சமிருக்கு?

மறுபடியும் நான் அவமானப்பட்டு, அசிங்கப்பட்டு நிக்கனுமா சொல்லு?"

தேவராஜ் அடுக்கடுக்காக கேள்விகளைக் கேட்டதும் எனக்கு பதிலுக்கு நா எழவே இல்லை. ஒருவேளை அவன் ஊருக்கு வந்து, அவன் சொன்னது போலவே நடந்தால் எப்படி இருக்கும் என்ற நினைவு தோன்ற, அதனை வளர விடாமல் பார்வையை திருப்பிக் கொண்டேன்.

"ஏன் தேவா அப்டீல்லாம் பேசுற உன்னப் பத்திதான்யா எப்போதும் உங்க வீட்ல

பேசுவாங்க.. ஊருக்குள்ள யாராவது கோயம்புத்தூர் திருப்பூர்னு பேசுனாலே உன் பேர் அடிபடாம இருக்காது”

தேவராஜ் நான் சொன்னதைக் கேட்டு புன்னகைத்தான். நான் வந்த இந்த நான்கு மணி நேரத்தில் தேவராஜின் முகத்தில் ஈறு தெரியும்படி சிரிக்கும் அவனது தனித்துவமான சிரிப்பை இப்போதுதான் பார்க்க முடிந்தது. இந்தச் சிரிப்பு அவனை ஊருக்கு அழைத்துச் சென்றுவிடலாம் என்ற நம்பிக்கையை அளித்தாலும், இன்று நான் அவன் வேலை செய்யும் கம்பெனி வாசலில் காலையில் போய் நின்றதுமே “ஊருக்கு மாத்தரம் கூப்ட்டுறாத சுகுமாரு” என்று அவன் சொன்னது உறுத்திக் கொண்டே இருந்தது. தேவராஜ் இத்தனை திட்டவட்டமாக ஊருக்கு வர மறுப்பதற்குக் காரணம் அவனது குடும்பம்.

தேவராஜின் வீடு அவன் ஆறாம் வகுப்புப் படிக்கும் வரை ஊரிலிருந்த பணக்கார வீடுகளில் ஒன்றாக இருந்தது. அவன் அப்பா, சீட்டாட்டத்திலும், குடியிலும் சொத்துக்களைக் கரைக்காமல் இருந்திருந்தால் இன்று தேவராஜ் ஒரு கம்பெனியில் வாரச் சம்பள தொழிலாளியாக வேலை பார்க்க வேண்டிய அவசியமே இருந்திருக்காது.

தன் தந்தையின் மறைவுக்குப் பிறகு தேவராஜ் ஒரு எலக்ட்ரீஷியனிடம் உதவியாளாராக வேலை செய்துகொண்டிருந்தான். அவனது அண்ணன் செல்வராஜ் விவசாயக் கூலி வேலை பார்த்துக் கொண்டே ஊருக்குள் சில வீடுகளுக்கு மாதக் கூலிக்கு மாடு கறந்துகொண்டிருந்தார். அம்மாவும், அக்காவும் வீட்டிலேயே இட்லி சுட்டு விற்றுக் கொண்டிருந்தார்கள், கடைக்குட்டி புவனா பள்ளிப் படிப்பை முடித்துவிட்டு வீட்டிலிருந்தாள்.

பத்து வருடங்களுக்கு முன்பு தேவராஜின் அக்காவுக்கு நிச்சயிக்கப்பட்ட மாப்பிள்ளை, திருமணத்திற்கு பதினைந்து நாட்கள் இருக்க, வெட்டாற்றுப் பாலம் அருகே வாகன விபத்தில் இறந்து போனார். அதிலிருந்து அவளது ஜாதக ராசி சரியில்லையென்று செய்தி பரவி திருமணம் தடைபட்டுக்கொண்டே வருகிறது. இதனால் நாற்பதை நெருங்கும் செல்வராஜும் திருமணம் செய்யாமல் இருக்கிறார். தேவராஜின் தங்கை புவனா என் வகுப்புத் தோழி, பள்ளிக்கூட நாட்களிலிருந்து நானும் அவளும் காதலித்துக் கொண்டிருக்கிறோம்.

122 அனாகத நாதம்

எங்கள் வீட்டிற்கு விளையாட வரும் புவனாவை என் அம்மா “வாடி மருமகளே” என்று கூப்பிடுவதும் அவள் என் அம்மாவை “மாமி... மாமி” என்று சுற்றிச் சுற்றி வருவதும் அவள் மீதான நேசத்தை மேலும் பிடிப்புடன் வளர்த்தெடுத்தது.

கல்லூரிக்கால வார இறுதி நாட்களில் தரங்கம்பாடி கடல் அலை சத்தங்களுக்கிடையே காதலை முத்தங்களாலும், உரையாடல்களாலும் பரிமாறிக்கொள்வோம். எங்களின் காதல் கரையுடைத்து பெருகிச்செல்லும் நதிபோல் பிரவாகமெடுத்து பாய்ந்தோடிக் கொண்டிருந்தது.

கல்லூரி முடிந்து பெங்களூருவில் வேலைக்குச் சேர்ந்த அடுத்த மாதமே போனில் அம்மா என் திருமணப் பேச்சை எடுத்தார். நான் சொல்லாமலே புவனாவின் மீதான என் பிரியம் அம்மாவுக்குப் புரிந்திருக்கும் என்று நினைத்திருந்த எண்ணமெல்லாம் காற்றில் கரைந்து போனது. நான் ஆரம்பத்தில் திருமணம் குறித்த அவரது பேச்சுக்கு வேறு ஏதாவது பதில் பேசி திசை மாற்றிக் கொண்டிருந்தேன். ஆனால் அம்மாவின் தொடர் அழுத்தங்கள் தாள முடியாமல் ஒருநாள் எங்களின் காதல் விஷயத்தை சொல்லிவிட்டேன்

அம்மாவுக்கு அந்த செய்தி அதிர்ச்சி ஏற்படுத்தவில்லையென்றாலும் இதில் தனக்கு உடன்பாடு இல்லை என்று வாதிடத் தொடங்கி திருமணமாகாமல் இருக்கும் புவனாவுக்கு முன் பிறந்த மூன்று பேரையும் குறிப்பிட்டு, அவர்களின் குடும்ப நிலையையும் சொல்லி என்னைக் குழப்பினார்.

ஊருக்குள் மாட்டுக்கொட்டாய் என்று எல்லோராலும் கிண்டல் செய்யப்படும் அளவில் அவர்களின் வீடு இருந்தது. ஒரு காலத்தில் எட்டடி இருந்த மண்சுவர் மழையிலும், புயலிலும் கரைந்து நான்கடிக்கு வந்திருந்தது. அதை பழைய பேனர் துணிகளைக் கொண்டும், சாக்குப் படுதாக்களைக் கொண்டும் மறைத்திருந்தார் செல்வராஜ். கீற்றுகள் கரையான் அரித்துப்போய் ஒட்டடையும், தூசியுமே கூரையைத் தாங்கிக் கொண்டிருந்தது. வீட்டுக்குள் யாராவது சாப்பிட உட்கார்ந்திருக்கும்போது, தெருவில் ட்ராக்டரோ, லாரியோ போனால் குனிந்து சோற்றுத் தட்டை மூடிக் கொள்வார்கள்.

வாகனம் செல்லும் அதிர்வில் புழுதி பறந்து மண் தட்டில் விழும். இது அவர்களின் அன்றாடப் பழக்கங்களில் ஒன்றாக இயல்பாகிவிட்டது.

இதனாலேயே அக்காவுக்கு வந்த வரன்களும் வந்த வேகத்தில் திரும்பிச் சென்றார்கள். அதில் ஒருமுறை பெண் பார்க்க வந்த குடும்பத்தில் ஒரு கிழவி "குடும்பத்துல உள்ள எல்லாரும் ஒன்னா ஒக்காந்து சோறுகூட திங்க முடியாத ஊட்ல எப்டி பொண்ணெடுக்கறது?" என்று தெரு நெடுக சொல்லிக் கொண்டே போனதை நானே கேட்டிருக்கிறேன்.

சில மாதங்களுக்கு முன்பு, தேவராஜ் வீட்டாருக்கு தூரத்து உறவினர் ஒருவர், நகரத்திலிருந்த கிருஷ்ணலக்ஷ்மி பேக்கரியில் சரக்கு மாஸ்டராக வேலை பார்க்கிறார். அவர் தேவராஜின் அக்காவைத் திருமணம் செய்துகொள்ள விரும்புவதாக அம்மாவிடம் சொல்லி தேவராஜ் வீட்டாரிடம் கேட்டுப் பார்க்கச் சொல்ல, தேவராஜின் குடும்பத்தினர் சரக்கு மாஸ்டரின் பெற்றோரை எங்கள் வீட்டிற்கு வரவழைத்துப் பெண்ணைப் பார்க்க வைத்தனர். நிச்சயம் முடிந்து மூன்று மாதம் கழித்து மாயூரநாதர் கோவிலில் திருமணம் என்று முகூர்த்த ஓலை எழுதுவதற்கு முன் சபையில் ஒரு நிபந்தனையை அவர்கள் வைத்தனர். அதாவது 'வீட்டிற்கு விருந்தினர் வந்தால் தாராளமாக உட்கார்ந்து-எழும் அளவிற்கு ஒரு கூரை வீட்டை இவர்கள் கட்ட வேண்டும். இல்லையெனில் கோவிலில் தாலிகட்டி மறுவீட்டிற்குக் கூட பெண் வீட்டிற்கு வரமாட்டோம்.. அப்படியே எங்கள் வீட்டிற்குச் சென்றுவிடுவோம்" என்று உறுதியாகச் சொன்னதை செல்வராஜோ, அவரது அம்மாவோ மறுத்து எதுவும் பேச முடியவில்லை.

காதுக்கு, கழுத்துக்கு என்று தங்கநகை போட வேண்டும், துணிமணி, சாப்பாடு, சீர்வரிசை என்று ஊற்றெடுக்கும் செலவுகள் தனி.. இத்தனைக்குமிடையில் வீட்டை எப்படிக் கட்டுவது?

செங்கல், மண், கீற்று என எல்லாமே விலையேற்றம் கண்டிருக்கும் இந்தக் காலகட்டத்தில் எதை வைத்து வீட்டைக் கட்டுவது என்று அவர்கள் யோசனை செய்தபோது வீரன்

கோவிலுக்கு மேற்கிலிருக்கும் இருநூறு குழி பூர்வீக நிலத்தை விற்பது என முடிவு செய்தார்கள். பூர்வீக நிலத்தை விற்க வேண்டுமென்றால் அம்மாவுடன், வாரிசுகள் நான்கு பேரும் பத்திரத்தில் கையெழுத்திட வேண்டும்.

ஆனால் எந்த நிலத்தை விற்க வேண்டுமென்று சொன்னதால் தேவராஜ் அவமானத்தை விழுங்கிக் கொண்டு ஊரை விட்டுப் போக நேர்ந்ததோ இன்றைக்கு அதே நிலத்தை அவனின்றி விற்க முடியாது என்பதால் அவனது குடும்பத்தின் சார்பில் அவன் முன்பு நான் கோயம்புத்தூரில் வந்து அமர்ந்திருக்கிறேன். மனம் லேசாக நடுங்கினாலும் உடல்மொழியில் சமநிலையைக் கொண்டு வர ஆகாயத்தில் மிதக்கும் வெண்பஞ்சு மேகங்களைப் பார்த்தேன்.

"பிரியாணி சாப்டுவோமா சுகுமாரு" என்று தேவராஜின் குரல் முதுகில் விழுந்ததும் திரும்பினேன் வாய் நிறைய பற்களோடு நின்றுகொண்டிருந்தான். தேவராஜின் முகத்தில் இயல்பாகவே ஒரு தூய அறியாமை குடிகொண்டிருக்கும். கூட்டத்தில் தொலைந்த சிறுவனின் சித்திரத்தை கண்ணை மூடி கற்பனை செய்தால் தேவராஜுடைய முகம் மனதில் தோன்றும்.

சாப்பிட்டு முடித்ததும் இருவரும் மொட்டை மாடியில் காற்று வாங்கிக் கொண்டிருந்தோம். இந்த சூழலில் தன் குடும்பத்தினர் குறித்து; புவனாவைப் பற்றியாவது விசாரிப்பான் என்று நினைத்தேன். ஆனால் அவனோ, சமீபத்தில் அவனது கம்பெனியிலிருந்து துபாய் போன இருவரைப் பற்றியே பேசிக் கொண்டிருந்தான்.

ஆறு வருடங்களுக்கு முன்பு பார்த்தவனைப்போலவே அவன் இப்போது இல்லை. முற்றிலும் புதிதாய் வேறொரு இடத்தில் பிறந்தவனைப் போலவே தெரிந்தான். ஏற்கனவே பொறுமையானவன் மேலும் பொறுமையின் மெருகேறியிருந்திருந்தான். அவனது நிதானம்தான் எனக்குள் கலவரத்தை ஏற்படுத்திக் கொண்டேயிருந்தது.

தேவராஜ் ரோட்டுத் தெருவில் மேரி என்ற பெண்ணைக் காதலித்து வந்தான். அவர்கள் இருவரையும் பலமுறை சுந்தரம்

தியேட்டரிலும், பியர்லெஸ் தியேட்டரிலும் பார்த்திருப்பதாக எங்கள் பொது நண்பன் கணேசன் எங்களிடம் கிரிக்கெட் விளையாடும்போது சொல்லியிருக்கிறான். அந்தப் பெண் ஒரு ஜெராக்ஸ் கடையில் வேலை செய்துகொண்டிருந்தாள்.

தேவராஜின் முதலாளி பல பெரிய கடைகள், பணக்கார வீடுகள், கம்பெனிகள் என ஒப்பந்த முறையில் மின்சார இணைப்புப் பணியை பெரும் அளவில் ஆட்களை வைத்து செய்து கொண்டிருந்தார். அப்படி ஒரு முறை சிதம்பரத்தில் பெரும் செல்வந்தர் ஒருவரின் வீட்டில் மற்ற ஊழியர்களுடன் தேவராஜும் ஒயரிங் செய்துகொண்டிருந்தான். மூன்று தளங்களும், பத்துக்கும் மேற்பட்ட அறைகளையும் கொண்ட அந்த பிரம்மாண்டமான வீட்டின் எந்தப் பக்கம் நோக்கினாலும் தேவராஜுக்கு விழிகள் விரிந்தது.

“எல்லாம் வெளிநாட்டு பணம் மாப்புள.. எப்புடி எழச்சி வச்சிருக்கான் பாரு” என்று சன்னமான குரலில் பேசிக் கொண்டிருந்த சக ஊழியரின் வார்த்தைதான் வெளிநாடு செல்லும் ஆசை விதையாக தேவராஜின் மனதில் விழுந்தது.

அன்றைக்கு அந்தியில் வேலை முடிந்ததும் உரிமையாளரிடம் தன்னுடைய வெளிநாட்டில் வேலை பார்க்கும் ஆசையைக் கூறினான். அதற்கு அவர்,

“அதுக்கென்ன தம்பி டிக்கெட்டுக்கும் விசாவுக்கும் ஒன்றரை லெட்சம் ரெடி பண்ணுங்க..அடுத்த மாசமே வெளிநாட்டு சம்பளம் வாங்கிடலாம்” என நம்பிக்கை வார்த்தைகளை அவனுக்குள் விதைத்துவிட்டார்.

அவர் சொன்னதிலிருந்து தேவராஜ் மானசீகமாக மேகங்களுக்கிடையே விமானத்தில் பறந்துகொண்டிருந்தான்.

தேவராஜுக்கு வெளிநாடு சென்று சம்பாதித்தால் மட்டுமே தன் குடும்பத்தின் தற்போதைய நிலையை முற்றிலுமாக மாற்ற முடியும் என்று உறுதியான நம்பிக்கையிருந்தது. நாங்கள் பம்பு செட்டில் குளித்துவிட்டு வரும்போது “எப்டியாவது வெளிநாடு போய்டனும் ஆளு.. அப்பதான் குடும்ப நிலமைய தூக்கி நிப்பாட்ட முடியும்” என்று கூறியது இப்போதும் நினைவில் பசுமையாக இருக்கிறது.

தினமும் முதலாளி கொடுக்கும் நூற்றைம்பது ரூபாயில் வீட்டில் நூறு ரூபாய் கொடுத்து, பேருந்துச் செலவுக்கு, தனிப்பட்டச் செலவுக்கு, போக்குவரத்துக்கு என எல்லாம் போக இழுத்துப் பிடித்து அவன் சேர்த்து வைத்தது இரண்டாயிரத்து எழுநூறு ரூபாய் இருந்தது. அதைக் கூட அம்மாவிடமிருந்தும், வீட்டிலிருப்பவர்களிடமிருந்தும் காபந்து பண்ணுவது பெரும் பிரயத்தனமாக இருந்தது.

அவர் விசாவைப் பற்றிச் சொன்னதிலிருந்து டீ குடிப்பதைக் கூட நிறுத்தியிருந்தான். தான் வேலை செய்யும் முதலாளிக்குத் தெரியாமல் அவரது வாடிக்கையாளர்களிடம் பேசி சில்லறை வேலைகள் இருந்தால் கேட்டு வாங்கித் தனியே போய் செய்யத் தொடங்கினான். கடைகளில் ஏற்படும் மின் பழுதுகளுக்கு எல்லா இடத்திலும் தன்னுடைய தொலைபேசி எண்ணுக்கே அழைக்கும்படி சொல்லி வைத்திருந்தான். இருப்பினும் நாட்கள் நகர்ந்த வேகத்திற்குப் பணம் சேராதது தேவராஜுக்குப் பெரும் சோர்வை அளித்தது.

ஒருநாள் இதுகுறித்து மேரியிடம் போனில் புலம்பினான். மறுநாள் பேருந்து நிலையத்துக்கு எதிரிலிருந்த பூக்கடைக்கு பக்கத்தில் மதிய உணவு நேரத்திற்கு அவனை வரச் சொல்லியிருந்தாள். அவன் கடுகடுப்பான முகத்தோடு மனம் முழுக்க புதிராய் நின்றுகொண்டு சாலையை வேடிக்கைப் பார்த்துக் கொண்டிருந்தான். உருக்கும் வெயில் நிறைந்த மத்தியான நேரத்தில், முகம் முழுக்க வழிந்துகொண்டேயிருந்த வேர்வையை கர்ச்சீப்பால் துடைத்தபடி அவன் அருகில் மெல்லிய புன்னைகையுடன் வந்து நின்றாள். தன் வீட்டிலிருந்த ஒரே தங்க நகையான தன்னுடைய தோடுகளை அவனிடம் கொடுத்தாள். வியர்வை ஈரம் நிறைந்த அவளது உள்ளங்கை வழியே அவனது கைக்கு தோடுகள் மாறிய அந்தக் கணத்தில் தேவராஜின் கண்கள் கலங்கியது.

காலை சோழச்சக்கரநல்லூர் நிறுத்தத்தில் வேலைக்குச் செல்வதற்கு பேருந்துக்காக காத்திருக்கும்போதும், இரவு பணி முடிந்து ரெயின்போ பேருந்தில் ஊருக்கு வரும்போதும் இருவரும் ஒருவரை ஒருவர் பார்த்துக் கொண்டதில் ஆரம்பித்து

சிறிது சிறிதாய் வளர்ந்த காதல் அவர்களுடையது. 'தன்னையும் நேசிக்கும் ஒரு உயிரி' என்றுதான் ஒருவரைக் குறித்து ஒருவர் நினைத்துக் கொள்வார்கள் என்று எங்கள் தெரு நண்பர்கள் அவர்களைக் கிண்டல் செய்வார்கள்.

மேரி தன் அம்மாவின் நினைவு நாளன்று வேளாங்கண்ணி கோவிலுக்குப் போக வேண்டுமென்ற விருப்பத்தை தேவராஜிடம் கூறியிருந்தாள். இரண்டு வாரங்கள் கழித்து ஒருநாள் இருவரும் வேளாங்கண்ணி பயணப்பட்டார்கள். கடற்கரையில் குளித்துவிட்டு, கோவிலுக்குப் போய் பிராத்தனை செய்துவிட்டு, ஓர் லாட்ஜில் அறை எடுத்து அன்றிரவு அங்கேயே தங்குவது என முடிவு செய்து தங்கினார்கள். தன் பார்வைக்குப் புலனாகும் அனைத்திலும் வண்ணங்களைக் கண்டவன் போல தேவராஜ் அளவில்லாத மகிழ்ச்சியால் ஆசீர்வதிக்கப் பட்டிருந்தான்.

மறுநாள் காலை இருவரும் அறையைக் காலி செய்துவிட்டு பேருந்து நிலையத்தை நோக்கிப் புறப்படும்போது, தலையை மொட்டையடித்து சந்தனம் பூசியிருந்த அம்மாவையும், அண்ணனையும் எதிரில் சந்திக்க தேவராஜுக்கு குலை நடுங்கிவிட்டது. வேளாங்கண்ணிக்கு மொட்டையடிக்க வேண்டுமென அம்மா வேண்டிக்கொண்ட ஓர் நள்ளிரவு அவனது நினைவில் மின்னி மறைந்தது.

தொண்டையை அடைத்துக் கொண்டு எதுவும் பேச வராமல் அச்சமடைந்து அப்படியே நின்றுவிட்டான், மேரிக்கு பதற்றத்தில் கைகால்கள் நடுங்கியது.

பதட்டமும், பயமும் அப்பிக்கொண்ட முகத்தோடு இருவரும் ஊர் வந்து சேர்ந்தார்கள். வீட்டுக்குப் போகத் தயங்கி தேவராஜ் அன்றைய நாள் முழுக்க டீக்கடைகளிலும், கோவில்களிலுமே கிடந்தான். தைரியத்தை வரவழைத்துக் கொண்டு மறுநாள் காலையில் வீட்டுக்குப் புறப்பட்டான். தேவராஜ் தெருமுனைக்கு வரும்போதே அவனது துணிமணிகள் சர்ட்டிபிகேட்டுகள் இருந்த துருப்பிடித்த ட்ரங்க் பெட்டி தெரு வாசலில் வந்து விழுந்தது. தேவராஜுக்கு தன் சான்றிதழ்களைத் தூக்கி அம்மா வெளியில் எறிந்ததைத் தாங்கிக் கொள்ள முடியவில்லை. ஓடிச் சென்று மண்ணில் கிடந்த கோப்புகளை எடுத்துத்

துடைத்தான். அதிலிருந்து சான்றிதழ்களும், தாள்களும் நாலும் ஐந்துமாய் துண்டு துண்டாய் கிழிந்திருந்தன.

"குடும்பம் என்னா நெலையில இருக்குது.. கூடப் பொறந்த அக்கா தங்கச்சிக்கு ஒரு நல்லது கெட்டது செய்யினும்னு ஒரு அக்கறையும் காணும்... எவளோட இதையோ புடிச்சிகிட்டு பின்னாடி போறவன் இனி ஒரு நிமுசம் என் வூட்ல இருக்கப்புடாது.. மரியாதியா ஓடிப்போய்டு"

என்று ஆங்காரம் வந்தவளாக கத்தினாள்.

"யம்மா தேவல்லாம பேசாத.. எதுக்கு அந்தப்பொண்ண இழுத்துப் பேசுற?"

என்று துணிகளை எடுத்துக் கொண்டே தேவராஜ் பேச, அவனை நோக்கி ஓடிவந்த செல்வராஜ் தெருவில் கிடந்த நுணா குச்சியை எடுத்துக் கொண்டு வந்து அவனது முதுகில் ஓங்கிய அடியாக மடார் மடாரென அடித்தார். ஒற்றைநாடி சரீரம் கொண்ட தேவராஜ் வலி தாங்க முடியாமல் "அண்ண அடிக்காதண்ண. அண்ண அடிக்காதண்ண..." தரையில் துடிதுடித்து விழுந்தான்.

"கொல்லு அவன.. கொன்னு போடுங்கறேன்.."

நாக்கை மடித்துக் கடித்துக்கொண்டு வெளியே ஓடி வந்து அவிழ்ந்த சேலையைக்கூட அள்ளி கட்டாமல் கத்த ஆரம்பித்தாள் தேவராஜின் அம்மா.

"ரெண்டு பொட்டப் புள்ளைவோ கூடப் பொறந்தவங்கற நெனப்பு ஒனக்கு இருந்துருந்தா எவளோ ஒருத்தியோட ரூம்பு போட்டு தங்குவியாடா நீ... ஒனக்கும் மூத்தவ வூட்ல கன்னி கழியாம இருக்குறாங்கற நெனப்பு ஒனக்கு இருந்துச்சாடா பாவி" என்று அம்மா எழுப்பிய சத்தம் நெஞ்சதிர்வை உண்டாக்கியது. ஓடி வந்தவள் இரண்டு கைகளாலும் வாசல் மண்ணை எடுத்து "நாசமா போவ... மண்ணா போவ" என்று கோபாவேசமாக அவன் மீது வீசினாள்.

இவர்கள் வீட்டு வாசலில் நிகழும் கூச்சலில் எழுந்த சத்தம் மொத்த தெருக்காரர்களையும் வட்டம் போட வைத்துவிட்டது..

எல்லோர் முன்னிலையும் இப்படி அடிபட்டுக் கிடக்கும் அவமானத்தின் கசப்பு தேவராஜின் மண்டைக்குள் ஏறியது.

"வேலைக்கிப் போயி நாலு காசு சம்பாரிச்ச ஒடனே திமுறு எடுத்துக்குது.. காலத்துக்கும் நான் ஒருத்தவனே மொத்த குடும்பத்தயும் செமக்குனும்னு எனக்கு மட்டும் என்னா தலையெழுத்து மயிறா.." என்று சொல்லி ஆத்திரம் தீராமல் ஓங்கி தேவராஜின் வயிற்றிலேயே மிதித்தார் செல்வராஜ். அவன் நிலைகுலைந்து கீழே விழுந்தான். சராமாரியாக முதுகிலும் முகத்திலும் விழுந்த அடிகளை விட, சுற்றி நின்ற கால்களுக்கெல்லாம் கண் முளைத்து தன்னைப் பார்ப்பதுதான் கத்திக் குத்தைப்போல உடல் முழுக்கத் துளைத்தது தேவராஜுக்கு.

"பயினஞ்சி வயசிலருந்து சேத்துல கெடந்து நாத்தடிக்கனும்னு எனக்கு மட்டும் என்னா காண்டுவாதமா?" நானும் இஷ்டத்துக்கு இருந்துருந்தா தெரிஞ்சிருக்கும் ஐயோவோட புளுப்பு"

ஆத்திரத்தில் ஒவ்வொரு முறையும் பேசி பேசிவிட்டு அடிக்க ஓடியவரை தெருவில் வேடிக்கைப் பார்த்திருந்த சிலர் அமைதிப்படுத்தி பெஞ்சில் அமர வைத்தார்கள்.

தேவராஜ் புழுதி அப்பிய முகத்தில் கண்ணீர் கோடு கிழிக்க, நடுங்கிக் கொண்டிருந்த உடலோடு தலை குனிந்து அமர்ந்திருந்தான். அவனது உதடுகள் ரத்தம் வழிந்து நடுங்கிக் கொண்டிருந்தன. உடம்பைச் சுற்றி அனல் மூண்டிருப்பதைப் போலிருந்தது.

விடிந்ததும் தெருக்காரர்கள் சிலர் வந்து செல்வராஜிடம் பேசிச் சென்றார்கள். அவர்களுக்கு இன்னொரு சாதிக்காரப் பெண்ணை திருமணம் செய்து தேவராஜ் அழைத்து வந்துவிடுவானோ என்ற அச்சமிருந்ததாம். தேவராஜ் அடிவாங்கியதில் அவர்கள் முழு திருப்தி அடைந்தவர்களாக திரும்பிச் சென்றார்கள்.

தேவராஜை ஒரு பெண்ணோடு லாட்ஜ் வாசலில் பார்த்ததை விடவும் ஒரு வாரத்துக்கு முன்பு தங்கள் குடும்பத்துக்குச் சொந்தமான நிலத்தை விற்று வெளிநாடு செல்ல தன் பங்கைப் பிரித்துக் கொடுக்கச் சொல்லி அவன் அண்ணனையும்,

அம்மாவையும் கேட்டதுதான் முக்கியமான காரணம் என்று புவனா என்னிடம் சொன்னாள்.

“சின்ன அண்ணன் லவ் மேட்ரு ஏற்கனவே பெரிய அண்ணனுக்கும், அம்மாவுக்கும் தெரியும் இருந்தாலும் கண்டுக்காமலேயே இருந்தாங்க.. அன்னைக்கி வேண்டுதலைக்கு மொட்ட அடிக்க வேளாங்கண்ணி போயிருந்தப்ப லாஜ்ல சின்ன அண்ணன பாத்ததும்தான்.. அம்மாவுக்கு பயம் வந்துருச்சி..”

அவள் சொல்லும்போது அவளது தொண்டைக்குழி பதட்டத்தில் ஏறி இறங்கிக் கொண்டிருந்தது.

“பெரிய அண்ணன் சின்ன வயசுல இருந்தே குடும்பத்துக்குன்னு ஒழச்சு ஒழச்சு அதுக்குன்னு எதுவுமே செஞ்சிக்கல.. அண்ணன எதுத்து நாங்க யாருமே ஒரு வார்த்தை கூட பேசுனதில்ல.. சின்ன அண்ணன் தனியா காசு சேத்து வைக்கறதும், ரோட்டுத் தெரு பொண்ண லவ் பண்ணுனது, நெலத்த வித்து காசு கேக்கறதும்தான் அவுங்களுக்கு இன்னும் ஆத்தரத்த தூண்டி உட்ருச்சு”

என்று அவள் சொல்லி முடித்து. தலையைக் குனிந்தபடியே அமர்ந்திருந்தாள்.

“அவன் காசு சேக்கறது வெளிநாடு போறதுக்குதானே.. அவன் போனான்னா ஒங்க குடும்பத்துக்குதானே நல்லது?”

நான் அப்படி கேட்கவும் அவள் வெடுக்கென்று முகத்தைத் திருப்பி நக்கல் பாவனையுடன்

“யாரு எப்டி மாறுவான்னு யாரு கண்டா.. இப்பயே அது எங்களுக்கு எதுவும் பண்ணுனதில்ல.. இதுல வெளிநாடு போனா என்னா ஆவுமோ?”

என்று அலட்சியக் குரலில் சொன்னாள். அவள் அப்படிச் சொன்னது எனக்குப் பிடிக்கவில்லை. அவளைப் பளாரென அறைய வேண்டும் போலிருந்தது.

அவளைச் சீண்டிப் பார்க்க வேண்டுமென உள்ளம் குறுகுறுத்தது.

"உங்க பெரிய அண்ணன் தேவராஜ அடிச்சது, அவன் லவ் பண்ணிட்டங்கறதாலயா இல்ல தனக்கு இப்ப வரைக்கும் எந்த பொண்ணும் கெடைக்கலங்கற ஆத்திரத்தாலையா..?"

அவளது முகம் சிவந்தது. உள்ளுக்குள் குரூரமாக அதை ரசித்தேன்.

"தேவயில்லாம எங்கண்ணனப் பத்தி பேசாதே" என்றாள்.

என்னால் அப்படியே விட்டுவிட முடியவில்லை.. அவள் சீண்டப்பட்டதை ரசித்தேன். மேலும் என் மனம் துள்ளியது.

"நீ லவ் பண்றது தெரிஞ்சா உன் அக்காவும் உன்ன அப்படித்தான் அடிப்பாங்க" என்றேன். அவள் அதைக் கேட்டு அழுதுகொண்டே ஓடிவிட்டாள்.

தேவராஜ் குளித்துத் தயாராகியிருந்தான். அவன் அண்ணன் அடித்தத் தழும்புகள் ஏதேனும் அவனது முகத்தில் இருக்கிறதா என்று பார்க்கத் தோன்றியது. ஆனால் அவன் மனதில் அந்த வடுக்கள் ஆறாமல் இருக்கிறது என்பதை இன்று காலையிலிருந்து அவனைப் பார்க்குந்தோறும் அவனது முகம் காட்டிக் கொடுத்துக் கொண்டேயிருக்கிறது.

"டீ சாப்ட்டு வருவோமா சுகுமாரு"

இருவரும் நடக்கத் தொடங்கினோம்.

"எங்க அக்காதான் ரொம்பப் பாவம் சுகுமாரு.. எந்த தப்புமே செய்யாம அதுக்கு இப்படி ஒரு கொடுமையான வாழ்க்கை... எல்லாம் எங்க அப்பன சொல்லனும் அவன் மட்டும் குடிக்காம இருந்திருந்தான்னா இந்நேரம் நாங்க இப்படியா இருந்திருப்போம்?"

அவன் பேச்சு நம்பிக்கையளித்தது, குடும்பத்தின் மீது இன்னும் அவனது உள்ளத்தில் பற்று இருக்கிறது. அவனை இன்னும் இலகுவாக்க நினைத்தேன்.

"அதுக்கப்புறம் அந்தப் பொண்ணு மேரிகிட்ட பேசுனியா தேவா?"

தேவராஜ் டீ கிளாஸை கையில் வைத்துக் கொண்டு ஒரு வறட்டுச் சிரிப்பைச் சிரித்தான்.

"ஒனக்குத் தெரியாததா சுகுமாரு?.. எதுக்கு அந்தப் பேச்சல்லாம் விடு.."

தேவராஜ் ஊரை விட்டுச் சென்ற நான்கு மாதத்தில் மேரிக்கு காரைக்காலில் ஒரு பையனோடு திருமணமானது. பையன் அரசுப் பணியிலிருந்தான். செல்வராஜ் சண்டை போட்டுத்தான் உடனடியாக மேரிக்கு திருமணம் செய்து வைக்கப்பட்டது என்று தெருக்காரர்களிடையே பேச்சு உலவிக் கொண்டிருந்தது. அதையெல்லாம் மீறி மேரிக்கே அந்தப் பையனைப் பிடித்திருந்தது என்று மேரியின் தெருவில் பேசிக் கொண்டார்கள்.

செல்வராஜும் அவரது அம்மாவும் பேசிய பிறகு ஊரிலிருந்து நான் புறப்படும்போது

"எதைச் சொல்லி அவனைக் கூப்பிடுவ சுகுமாரு?" என்று தேவாவின் அக்கா என்னிடம் கேட்டபோது என்னிடம் எந்த விடையும் இல்லை. ஆனாலும்

"உங்க கல்யாணம்னு சொல்லி கூப்ட்டா வரமாட்டாரா?" என்று கேட்டேன்..

"தயவு செஞ்சு என்னைக் காரணமாக் காட்டி எந்தம்பிய கூப்ட்டு வராத சுகுமாரு.. அவன் பட்டதே போதும்...எங்க இருந்தாலும் அவன் நிம்மதியா இருக்கட்டும்" என்று அவனது அக்கா சொன்னதை மட்டும் உண்மையாகச் சொன்னேன். மற்றபடி

"அம்மாவுக்குப் பார்வை கொஞ்சம் கொஞ்சமாக போய்க்கொண்டிருக்கிறது. பார்வை முழுவதுமாகப் போவதற்குள் உன்னை ஒரு முறைப் பார்க்க வேண்டுமென்கிறார். உன் அண்ணன் எந்தப் பேச்செடுத்தாலும் நீ எப்படி இருக்கிறாயோ என்றுதான் முடிப்பார். உன் தங்கை வீட்டிலிருக்கும்போது உன்னுடைய சட்டைகளைத்தான் போட்டுக்கொண்டு இருப்பாள்" என்று நான் சொன்ன எந்தப் பொய்களும்

தேவராஜை அசைத்துப் பார்க்கவில்லை. அதை அவனது முகபாவத்தை வைத்தே என்னால் எளிதாகப் புரிந்துகொள்ள முடிந்தது.

அவன் அக்கா சொன்ன வார்த்தைகளில் இருந்த அன்புதான் தேவராஜை ஊருக்குப் புறப்பட வைத்தது.

எனக்கு அவன் அக்காவுக்குத் திருமணம் முடிந்துவிட்டால், புவனாவுக்கும் எனக்குமான திருமணத்திற்கு எந்தத் தடையுமிருக்காது என்று ஆசுவாசப்பட்டேன்.

துணிமணிகளையெல்லாம் எடுத்து வைத்து தேவராஜ் புறப்படத் தொடங்கினான். இருவரும் காந்திபுரம் பேருந்து நிலையம் வந்தோம். அருகிலிருந்த உணவகத்தில் சாப்பிட்டுவிட்டு நிலையத்தினுள் சென்றோம். 'மயிலாடுதுறை' என்று போர்டு போட்ட பேருந்தைப் பார்த்தவுடனேயே தேவராஜ் கலங்கிவிட்டான். தண்ணீர் பாட்டிலும், பிஸ்கெட்டும் வாங்கிக் கொண்டு பேருந்தை நோக்கிச் சென்றோம். தேவராஜ் நடத்துனரிடம் இரண்டு டிக்கெட்டுகளை வாங்கினான். அவனை ஜன்னல் சீட்டில் அமர வைத்துவிட்டு நான் இடது பக்கமாக அமர்ந்துகொண்டேன்.

"அவன் ஊட்டுக்குள்லாம் வரத் தேவயில்ல. ரெஜிஸ்ட்டர் ஆபீஸிலியே கையெழுத்தப் போட்டுட்டு அவனப் போவச் சொல்லு.." என்று அவன் அண்ணன் சொன்ன வார்த்தைகள் செவிக்குள் ஒலித்துக் கொண்டே இருந்தன.

பேருந்து நடு இரவில் ஓரிடத்தில் நிறுத்தப் பட்டிருந்தது. கண்ணைக் கசக்கிக் கொண்டு விழி திறந்து பார்த்தேன். துள்ளலான பாடல் பின்னணியில் அதீத சத்தத்துடன் ஒலித்துக் கொண்டிருந்தது. மக்கள் சலசலவென கடையை மொய்த்துக் கொண்டும், கழிப்பறையை நோக்கியும் நின்றிருந்தார்கள். அருகில் அமர்ந்திருந்த தேவராஜைக் காணவில்லை. வயிற்றில் பீதி உண்டாகியது, பதட்டத்தோடு பேருந்திலிருந்து இறங்கிப் பார்த்தேன். வானத்தில் மேகங்கள் திரண்டு மழை வருவதற்கு ஆயத்தமானது.

கடைமுகம்

நீருக்கடியில் நுரைத்துப் பெருகும் குமிழிகளின் சத்தம் உறக்கத்தைக் கெடுத்தது. கண்ணெரிச்சலோடு இமைகளைத் துடைத்துக் கொண்டே தலை தூக்கிப் பார்த்தேன். ஜன்னல் ஓரத்தில் ஆறேழு புறாக்கள் சத்தமெழுப்பி, உடலைச் சிலுப்பிக் கொண்டு நின்றிருந்தன. கட்டிலில் மெல்ல கையூன்றி, தூக்கக் கலக்கத்துடன் எழுந்து அமர்ந்தேன். புறாக்கள் துள்ளிகொண்டு அனத்தல் ஒலியை நிறுத்தாமல் எழுப்பிக்கொண்டிருந்தன.

எரிச்சலூட்டும் அந்த ஒலியை சகிக்க முடியாமல் கட்டிலின் கீழே இருந்த இரும்பு பூட்டை எடுத்து புறாக்களை நோக்கி வேகமாக எறிந்தேன். பூட்டு ஒரு புறாவின் காலில் பட அது 'சொத்' தென விழுந்தது. மற்ற புறாக்கள் அந்த இடத்திலிருந்து தெறித்து பறந்தன.

மறுபடியும் போர்வையை இழுத்துப் போர்த்தியபடி கண்களை மூடினேன் இப்போது தோளை யாரோ உலுக்கினார்கள். அப்பா நின்றுகொண்டிருந்தார்.

“ஏன்டா அஞ்சு மணிக்கெல்லாம் எந்திரிச்சு கௌம்பனும்னு சொல்லிருந்தேன்ல”

“நான் வரலப்பா” என்று சொல்லிவிட்டு மறுபடியும் போர்வைக்குள் புகுந்துகொண்டேன்.

“டேய் திரும்பவும் முதல்ல இருந்து ஆரம்பிக்காதடா” என்று கூறியவர் என்னை அப்படியே படுக்கையில் இருந்து அள்ளி தூக்கினார். வீல் சேரில் உட்கார வைக்காமல், நெடுநாட்களுக்குப் பின் அவரே கையிலேந்தி குளியலறைக்குத் தூக்கிச் சென்றது மிகுந்த மகிழ்ச்சியாக இருந்தது. குளியலறையில் எனக்கென இருக்கும் ஸ்டூலில் அமரச் செய்து அப்பாவே குளிக்க வைத்தார்.

ஒரு வாரமாகவே அப்பா, என்னிடம் இந்தப் பயணம் குறித்துச் சொல்லிக் கொண்டேதான் இருந்தார். எனக்கு புறப்படுவதில் சுத்தமாக விருப்பமே இல்லை. காரணம் சாவித்திரி. அவள் திட்டமிட்டிருக்கும் இந்தப் பயணத்திலும் எனக்கு விருப்பமில்லை, அவளோடு பயணிப்பதற்கும் விரும்பவில்லை. அதனால்தான் அப்பா ஒவ்வொரு முறையும் இது குறித்துப் பேசும்போது தட்டிக் கழித்துக்கொண்டே வந்தேன். இந்த நாள் விடியும்போது தூக்கத்தை நீட்டிக்க விரும்பியதையெல்லாம் புறாக்கள் வந்து கெடுத்துவிட்டன. நன்றாகத் தூங்கியிருந்தால் அப்பா எழுப்பாமல் கூட விட்டிருப்பார்.

காரில் ஏறியவுடன் “தம்பிக்கு ஸ்வெட்டர் இந்தப் பையில இருக்கு.. குளூரப் போகுது போட்டுக்கச் சொல்லுங்க” என்று அவள் சன்னமான குரலில் சொன்னாள், அதனால் வேண்டுமென்றே அப்பாவிடம் சொல்லி ஜன்னல்களைத் திறந்துவிடச் சொன்னேன். திறந்துவிட்ட பிறகு அப்பா என்னை வினோதமாகப் பார்த்தார்.

நான் ஐந்தாம் வகுப்பு படிக்கும்போது என் அம்மா மாரடைப்பில் என்னைவிட்டு இறந்து போனார். அம்மா இறந்த துக்கம் என்னை அண்டவிடாமல் ஒவ்வொரு கணத்திலும் அப்பா என்னுடனே இருந்தார். எப்போதும் விளையாடிக் கொண்டு, எங்கு சென்றாலும் என்னையும்

அழைத்துக்கொண்டு, என்னோடு மட்டுமே அதிக நேரம் செலவிடுவார். நாங்கள் மிகுந்த மகிழ்ச்சியாக இருந்தோம். உறவினர்கள் மற்றும் நண்பர்களின் வற்புறுத்தலும், என்னைப் பார்த்துக் கொள்ள ஒருவர் வேண்டுமென்றும் அப்பா சாவித்திரியை இரண்டாவதாக மணம் புரிந்துகொண்டார். இதனால் அப்பா மீது எனக்கு தாளாத கோபம் உண்டானது.

சாவித்திரி திருமணமான அடுத்த நாள் அப்பாவிடம் “ஒரு போதும் மாற்றாந்தாயாக நடந்துக்கமாட்டேன்.. நான் பெத்த பிள்ளையாகவே பாபுவைப் கவனிச்சுப்பேன்” என்று சொன்னதை நான் கேட்டேன். அவள் அப்பாவிடம் நல்ல பெயர் வாங்குவதற்காக நாடகமாடுகிறாள் என்பது எனக்கு நன்றாகத் தெரிந்தது. இவள் எப்படி என்னுடைய தாயாக மாற முடியும். யாராலாவது யாருடைய அம்மாவுக்கும் மாற்றாக ஆக முடியுமா?..என் அம்மாவின் இடத்தை அவள் ஆக்கிரமித்துக் கொண்டதை என்னால் ஒருபோதும் ஏற்றுக்கொள்ள முடியாது, எனவே நான் அவளை மனதார வெறுத்தேன்.

திண்டிவனம் நெருங்கும்போது சாலையில் ஒரு உணவகத்தைக் காட்டி “இங்கே இறங்கி சாப்பிட்டுவிட்டு போகலாம்” என்று சொன்னாள் அவள். அப்பா உடனே வண்டியை அங்கு நிறுத்தினார். இப்படித்தான் அவள் என்ன சொன்னாலும் சாவி கொடுத்த பொம்மையைப் போல அப்பா ஆடுகிறார். ஒருநாள் நிச்சயமாக அவள் அப்பாவையே விஷம் வைத்துக் கொல்லப் போகிறாள். அப்போதுதான் அப்பாவுக்கு இவளது சுயரூபம் என்னவென்று தெரிய வரும்.

அப்பா கார் கதவைத் திறந்து என்னைத் தூக்க முயற்சித்தார்.

“நான் வரல எனக்குப் பசிக்கல” என்று வெடுக்கெனக் கூறினேன்.

அவர்கள் கார் கதவை அடைத்துவிட்டு சாப்பிடப் போனார்கள். காருக்குள் தனிமையில் உட்கார்ந்திருப்பது எனக்கு சந்தோஷமாக இருந்தது. இப்படியே ஒரு ஜன்னல் வைத்த இரும்புக் கூண்டுக்குள் இருந்தபடி சாலையை வேடிக்கைப் பார்ப்பதை மிகவும் விரும்பினேன். என்னுடைய கால்கள் மட்டும்

சரியாக இருந்திருந்தால் சாலையில் செல்லும் மனிதர்களைப் போல நானும் ஓடியும், நடந்தும் சென்றிருப்பேன்.

எல்லாக் குழந்தைகளையும் போல நானும் ஆரோக்கியமான, உறுதியான கால்களோடுதான் பிறந்தேன். தவழும்போதும், நடைபயின்ற போதும் அப்பாவும் அம்மாவும் என்னைப் பிடிக்க முடியாத அளவிற்கு வீடு முழுக்க ஓடுவேன். அம்மா என்னைத் துரத்திப் பிடிக்க முடியாமல் மூச்சு வாங்கி நின்று "உன் ஓட்டம் என்னால ஓட முடியாது நில்லு தங்கம்" என்று கூறிய வார்த்தைகள் இப்போதும் என் காதுகளில் கேட்டுக் கொண்டிருக்கிறது.

அம்மா மறைந்து ஆறு மாதங்களில் ஏற்பட்ட விஷக் காய்ச்சலால் எனது கால்கள் நடக்கும் சக்தியை இழந்தன. பல உயர் ரக மருத்துவமனைகளில் செய்த சிகிச்சைகள், முயற்சிகள் யாவும் தோல்வியடைய, வீல் சேரே எல்லாமும் என்று ஆனது. அப்போது அந்தப் பத்து வயதில் என் கால்களை தரையில் ஊன்ற முடியாமல் அப்பா என்னை வீல் சேரில் தூக்கி உட்கார வைக்கும்போதுதான் இனி எப்போதும் என்னால் என் கால்களைக் கொண்டு நடக்க முடியாது என்ற துக்கத்தை தாங்க முடியவில்லை. வீட்டில் என்னுடைய ஷூ, செருப்பு, சாக்ஸ் என்று எதைப் பார்த்தாலும் தொண்டை அடைத்துக் கொள்ளும். என் கால்கள் ஓட வேண்டும் என்று நினைக்கும்போதெல்லாம் வீல் சேரின் கைப்பிடியில் ஆட்காட்டி விரலாலும், நடுவிரலாலும் கற்பனையில் வேகமாக.. அதி வேகமாக ஓடுவேன்.

நான் என் கால்களைப் பற்றி எண்ணும்போதெல்லாம் என் அம்மாவுடன் நடந்து சென்ற நினைவுகள் மனதில் காட்சிகளாக விரியும். மஞ்சள் இட்டு அவித்த மரவள்ளிக் கிழங்கு போன்ற அம்மாவின் பாதங்களோடு என் சின்னஞ்சிறிய பாதங்களும் இணைந்து நடந்த வீட்டுத் தரைகளை அவ்வப்போது கீழே அமர்ந்து தொட்டுத் தடவிப் பார்ப்பேன். சில சமயங்களில் அதிலேயே படுத்து கைகளை அசைத்து மனக்கண்ணில் தெரியும் அம்மாவின் பாதத்தை தொட முடியாமல் போகும்போது கண்ணீர் கொட்டும்.

அப்பாவும் சாவித்திரியும் சாப்பிட்டுவிட்டு கையில் ஒரு பார்சலை வாங்கிக் கொண்டு ஏதோ பேசி சிரித்துக் கொண்டு வருகிறார்கள். நிச்சயமாக அது என்னைப் பற்றிய கிண்டலாகத்தான் இருக்கும். அவளைப் பார்க்கப் பார்க்க வெறுப்பில் நரநரவெனப் பற்களைக் கடித்தேன். சாலையில் செல்லும் வாகனங்களில் ஒன்று தறிகெட்டு ஓடி தனியாக அவளை மட்டும் அடித்துத் தூக்க வேண்டுமென நினைத்தேன். அப்பா அவள் முகத்தை பார்த்துப் பார்த்து சிரிப்பது அவர் அம்மாவை முழுவதுமாக மறந்துவிட்டாரோ? என்று எண்ண வைக்கிறது. என் சிந்தனைகளைக் கார் கதவைத் திறந்து கலைத்தார் அப்பா.

"பாபு இதுல தோசை இருக்குப்பா.. உனக்குப் புடிக்கும்ல சாப்டு" என்றார். அவள் தான் வாங்கச் சொல்லி இருப்பாள்.. இதெல்லாம் ஒரு தந்திரம் உங்க பிள்ளைக்குப் பிடித்ததையெல்லாம் நான் தெரிந்து வைத்திருக்கிறேன் என்ற பீற்றல். ச்சீ.. அவள் வாங்கச் சொன்னதை நான் எதற்கு சாப்பிட வேண்டும்.. அதை வாங்கி இருக்கை ஓரத்தில் தூக்கி போட்டேன். அந்தக் கணத்திலிருந்து எனக்கு தோசையே பிடிக்காமல் போனது. சற்று நேரத்திற்கெல்லாம் குடலை இழுப்பது போல பசித்தது. இருப்பினும் வைராக்கியமாக அந்த உணவுப் பொட்டலத்தைத் தொடாமலேயே இருந்தேன்.

சில வாரங்களுக்கு முன்பு என் அத்தையும் மாமாவும் என்னைப் பார்ப்பதற்கு வீட்டிற்கு வந்திருந்தார்கள். அவர்களை மிகுந்த வாஞ்சையோடு சாவித்திரி வரவேற்றாள். அவள் முகத்தில் எளிதாக வரவழைத்து விடக்கூடிய ஒரு சிரிப்பு அவளுக்கு தூய ஆத்மா என்ற தோற்றத்தை அளிக்கிறது, சிரித்தபடியே பேசும்போது யாரும் அவள் பேச்சுக்கு மயங்கிவிடுகிறார்கள். அது எல்லாமே பொய், நாடகம். அத்தையும் மாமாவும் அதைக் கூட புரியாமல் அவளுடன் சிரிக்கச் சிரிக்கப் பேசிக்கொண்டிருந்தார்கள். அவர்களுடன் பேசிக்கொண்டிருந்து விட்டு அவர்களுக்கு உணவு தயாரிப்பதற்காக சாவித்திரி சமையலறைக்குள் சென்றாள். அவர்கள் வந்ததிலிருந்தே அன்று முழுக்க நான் எதையும் சாப்பிடாது இருந்தேன். அத்தை என்னிடம்

“ஏன்டா இப்படி அநியாயத்துக்கு துரும்பா எளச்சிருக்க?” என்று கேட்டாள்.

நான் அந்தக் கேள்வியைப் பயன்படுத்திக் கொள்ளவேண்டும் என்று விரும்பினேன்.

“நீங்க இருக்கறதால இப்ப எனக்கு காஃபி குடுக்குறாங்க.. நீங்கள்லாம் வரலேன்னா அதுவும் கிடைக்காது.. மீந்துபோன சாப்பாடுதான் எனக்குப் போடுறாங்க.. செத்துப் போயிடலாம் போலத் தோணுது” என்று முகத்தைத் தொங்கவிட்டுக் கொண்டு கூறினேன்.

அத்தைக்கு அது பெரும் அதிர்ச்சியாக இருந்தது. அத்தையோடு அவள் நெருக்கமாவது எனக்கு சுத்தமாகப் பிடிக்கவில்லை. அத்தை ஊருக்குக் கிளம்புவதற்கு முன் சாவித்திரியைத் தனியாக அழைத்தாள். நான் என்ன பேசுகிறார்கள் என்று கேட்பதற்காக காதைக் கூர் தீட்டிக்கொண்டேன்

“அம்மாடி அவன் தாயில்லாப் புள்ளம்மா.. உன் வயித்துல பொறந்தவனா நெனச்சி அவன கவனிச்சிக்கம்மா.. புள்ளய பட்டினி போடாதே” என்றாள். சாவித்திரிக்கு நெஞ்சில் எட்டி மிதிப்பதைப்போல இருந்திருக்க வேண்டும். உடனே அவள்

“ஐயோ என்னம்மா இப்டி சொல்றீங்க.. அம்மா அவனை என் புள்ளையாதானே நினச்சிருக்கேன்.. சத்தியமா புள்ளைக்குக் கொடுக்காம நான் எதையும் சாப்ட்டது இல்லைம்மா.. ” என தழுதழுத்து அழுதாள்.

அத்தைக்கு ஒருகணம் நடுங்கிவிட்டது. எதையோ யூகித்தவளைப் போல சாவித்திரியின் கன்னத்தைத் தொட்டு “தாயில்லாப்புள்ள ஏதோ அறியாம சொல்லிருப்பான்.. கொஞ்சம் பொறுத்து போம்மா” என்றாள்.

என் அத்தை அவளோடு சண்டையிட்டு அவளை வீட்டைவிட்டு துரத்துவாள் என்று நினைத்தேன். அத்தையும் இப்போது அவள் கட்சியாகி விட்டாள். அத்தைப் புறப்படும்போது நான் அறையை அடைத்துக்கொண்டு படுத்துக் கொண்டேன். அத்தையைப் பார்க்க விரும்பவில்லை.

என் மீது அன்போடு இருப்பதைப் போல சாவித்திரி நடிப்பதற்கு உச்சமாக எங்கிருந்தெல்லாமோ களிம்போ, எண்ணையோ வரவழைப்பாள். இரவு நான் நன்றாகத் தூங்கிய பின்னர் கால்களில் தடவியிருப்பாள். காலையில் எழுந்து அதைப் பார்க்கும் என் அப்பா "சாவித்திரி உன் மேல எவ்வளவு பிரியமா இருக்குறா பாரு" என்பார். இதைத்தானே அவள் எதிர்பார்த்தாள். அதன்படியே அப்பாவும் நம்புகிறார். ஆனால் இது எல்லாமே என் இயலாமையின் மீது அவள் பூதக்கண்ணாடி காட்டுவதற்குத்தான் என்பது எனக்கு நன்றாகத் தெரியும்.

ஒரு நாள் அவள் வாங்கி வைத்திருந்த தைல பாட்டிலை சுவரில் எறிந்து உடைத்தேன். அதற்காக அப்பா என்னை கையை ஓங்கி அடிக்க வந்தார். அவள் உடனே தடுப்பதுபோல வந்து நாடகாமாடினாள். நான் உடைத்ததையே அவள்தான் அப்பாவிடம் சொல்லியிருக்க வேண்டும்.

"நீ சும்மாவே இருக்க மாட்டியா சாவித்திரி இதெல்லாம் வாங்கி என்ன ப்ரூவ் பண்ண ட்ரை பண்ற?"

"எந்த அம்மாவும் அக்கறையா இருக்கறது யாருக்கும் எதையும் ப்ரூவ் பண்றதுக்கில்ல. என்ன அம்மாவா அவன் ஏத்துக்கனும்னு மட்டும்தான் நான் நினைக்கிறேன்.. ஒருவேளை அப்டி நெனச்சு ஒவ்வொன்னும் பண்றதுதான் நான் பண்ற தப்போன்னு தோணுது.. கான்ஸியஸா தைலம் தயாரிச்சா விஷமாயிடும்னு சொல்லுவாங்க.. பாபுவுக்கு நான் பண்றது அப்டிதான் தெரியுது போல"

என்று என் பக்கத்திலிருந்து பேசுபவளைப் போல கூற, அப்பா பதிலுக்கு எதுவும் பேசாமல் அமைதியாக நின்றிருந்தார்.

"அவன் எப்டி வேணும்னாலும் நடந்துக்கட்டும்.. அதுக்காக நான் சும்மா இருக்க மாட்டேன்.. உங்க புள்ளன்னா அவன் எனக்கும் புள்ளதானே" எனக்கூறிவிட்டுச் சென்றாள்.

நான் இது எதுவும் காதில் கேட்டுக் கொள்ளாததுபோல கண்ணை மூடிப் படுத்துக்கொண்டேன். அவள் பேசுவதை நான் கேட்டுக் கொண்டிருப்பேன் என்பது அவளுக்குத்

தெரிந்திருக்கும். அதனால்தான் இப்படிப் பேசுகிறாள். அவள் அப்பாவை வேண்டுமானால் ஏமாற்றலாம் என்னை ஏமாற்ற முடியாது.

இன்று அவள் பிறந்த ஊருக்கு அழைத்துப்போவதே “இப்படி ஒரு ஊனமான பிள்ளை உள்ள கணவனை நான் திருமணம் செய்திருக்கிறேன்” என்று தியாகி வேஷம் போடுவதற்காகத்தான். இந்தப் பயணத்தைத் தவிர்ப்பதற்காக நான் வரவில்லை என அப்பாவிடம் சொல்லிக்கொண்டே இருந்தேன்.

“அப்பாவுக்காக வாப்பா” என்று முந்தைய நாள் இரவு, அப்பா என் காலைத் தொட்டுக் கொண்டே கேட்டார். என்னால் அந்தக் கணத்தில் அப்பாவை மறுக்க முடியவில்லை. அப்பாவுக்காக வருவதாக அரை மனதுடன் ஒத்துக்கொண்டேன்.

கார் மயிலாடுதுறை வள்ளலார் கோவிலைத் தாண்டியது, ‘இன்னும் கொஞ்ச தூரத்தில் காவிரியைப் பார்க்கலாம்’ என சாவித்திரி தெரிவித்தாள். அப்பா என்னிடம் ஜன்னல் வழியே பார்க்கச் சொன்னார். காவிரி பாலத்தைக் கடக்கும்போது ஜனங்களின் தலைகளாகத் தெரிந்தது. வேண்டா வெறுப்பாக தலையைத் திருப்பிப் பார்த்தேன் இளம் பச்சை வண்ண பட்டுப் புடவை அலையலயாக பறப்பதைப் போல காவிரி ஓடிக்கொண்டிருந்தது. காவிரியின் குளிர்ந்த காற்று நாதஸ்வர ஓசையோடு இணைந்து வந்து முகத்தில் மோதியது. இருபுறங்களிலும் காவிரிக்கு நிகரான மக்கள் வெள்ளம் ஆர்ப்பரிப்பு ஒலியெழுப்பிக் கொண்டிருந்தார்கள். கரிய மலை அசைந்து வருவதைப் போல கோவில் யானை வர, அதைத் தொடர்ந்து மங்கல இசை சகிதம் சாமி ஊர்வலம் வந்து கொண்டிருந்தது. நான் காவிரி ஓடும் அழகில் லயித்திருந்தேன். என்னையே பார்த்துக் கொண்டு அப்பாவிடம் சாவித்திரி திருவிழா குறித்து கூறத் தொடங்கினாள்

’ஐப்பசி மாதம் மயிலாடுதுறையில் துலா உற்சவ மாதம். மாயூரநாதரும் அபயாம்பிகையும் பத்துநாட்களும் பலவிதமான வாகனங்களில் எழுந்தருளி வீதி உலா வந்து பிற்பகலில் காவிரியில் தீர்த்தவாரி நடக்கும். இறுதி நாளான பத்தாம் நாள் பிற்பகல் கடைமுகம் அல்லது கடை முழுக்கு எனப்படும்.

அந்த நாளில் காவிரியில் நீராடுவது பெரும் புண்ணியம் என்றும் உலகில் உள்ள அறுபத்தி ஆராயிரம் ஆறுகளும் இந்நாளில் காவிரியில் கலந்து தங்களின் பாவங்களை கழுவிக் கொள்கின்றன என்பதுவும் அங்கு நிலவும் நம்பிக்கை.

கடை முழுக்கு நாளில் அம்மையும் அப்பனும் தீர்த்தம் கொடுக்கும் அதே வேளையில் மயிலாடுதுறையைச் சுற்றி உள்ள முப்பத்தி ஆறு கோவில்களில் இருந்து சுவாமிகள் புறப்பட்டு காவிரிக் கரைக்கு வருவார்கள்

துலா முழுக்கு நடைபெறும் காவிரிக் கரைக்கு துலாகட்டம் என்று பெயர். காசியில் இருப்பதைப்போலவே இங்கும் கரையிலிருந்து மக்கள் வழிபடுவார்கள். அதனால் காசியின் சாயல் இந்த மாதத்தில் மயிலாடுதுறை காவிரிக்கு வந்துவிடுவதுண்டு.

கடைமுழுக்கு அன்று காவிரியில் நீராடினால் செய்த பாவங்களெல்லாம் தீர்ந்து எல்லா விதமான புண்ணியங்களும் வந்தடைந்து முக்தி கிடைக்கும் என்பது நம்பிக்கை. அந்நாளில் ஒரே நேரத்தில் பல்லாயிரம் நெஞ்சங்களில் நடக்கும் கூட்டுப் பிராத்தனைகள் மகத்தானது. ஒரே நேரத்தில் எத்தனை உள்ளங்கள் காவிரியில் நின்று உருகும் தெரியுமா? பிரபஞ்சத்தின் முன், தான் ஒரு துளியென கையேந்தும் அகத் தவிப்புகள் நிச்சயம் பலனளிக்கும். அதனால்தான் பாபுவை முழுக்குத் துறைக்கு அழைத்து வர வேண்டுமென விரும்பினேன்.

கடைமுழுக்கு நாளுக்கும் அடுத்த நாள் முடவன் முழுக்கு. நடக்க முடியாத ஊனமுற்ற ஒருவர் கடைமுழுக்கு மூழ்குவதற்காக மயிலாடுதுறை வருவதற்குள் அன்றைய நாள் முடிந்து விட, அவர் சிவபெருமானிடம் விழுந்து அழுது கேட்டதற்காகவே கார்த்திகை முதல் நாளிலும் முழுக்கை நீட்டித்ததாக ஐதீகம். அதற்கு முடவன் முழுக்கு என்று பெயர். அன்று உடல் ஊனமுற்றவர்கள், நோயாளிகள், வயோதிகர்கள் நலம் பெற வேண்டி நீராடுவார்கள். அதனால் நாளைக்கு பாபுவையும் அங்கு நீராடச் செய்ய வேண்டுமென்றுதான் இந்தப் பயணத்தை ஏற்பாடு செய்ததாக சொல்லி முடித்தாள் சாவித்திரி.

என்னுடைய ஊனத்தை குத்திக் காட்ட வேண்டுமென்ற அவளின் எண்ணம் நன்றாகவே புரிந்தது எனக்கு அதனால்தான் இந்தத் திருவிழாவிற்கு வரவழைக்க, இப்படி ஒரு பயணத்தை அரங்கேற்றியிருக்கிறாள். நான் இதற்கெல்லாம் அசைந்து கொடுக்க மாட்டேன். அவள் என்னை அசிங்கப் படுத்துவதற்கு முன் நான் அவளை அசிங்கப் படுத்துவேன்.

சாவித்திரியின் வீட்டில் அவளது அம்மாவும் அப்பாவும் இருந்தனர். அவர்கள் என்னிடம் பேச முயற்சித்தார்கள். நான் அவர்கள் யாருடனும் முகம் கொடுத்து பேசுவதற்கு விரும்பவில்லை. அவளது தெருவில் இருந்த பெண்களில் சிலர் ஜன்னல் வழியே வந்து என்னைப் பார்த்தது எனக்கு மிகவும் அவமானமாக இருந்தது. கிட்டத்தட்ட என்னை ஒரு காட்சிப் பொருளாக்கியிருப்பதைப் போலிருந்தது.

அன்று மாலை என்னை வீல்சேரில் தள்ளிக்கொண்டே மாயுரநாதர் கோவிலுக்கு சென்றார்கள்.

*ஊனத்து இருள் நீங்கிட வேண்டில்,
ஞானப்பொருள் கொண்டு அடி பேணும்
தேன் ஒத்து இனியான் அமரும் சேர்வு
ஆன மயிலாடுதுறையே!*

என்ற பதிகத்தை ஓதுவார் ஒருவர் பாடிக்கொண்டிருந்தார். என் மனம் பாடலின் முதல் இரண்டு வார்த்தைகளிலேயே சிக்கிக் கொண்டது. முகத்தில் அனல் பரவி கோபத்தின் உச்சத்தில் கண் கசிந்தது. இரவு முழுக்க அவள் தன்னை இங்கு அழைத்து வந்ததற்கு அப்பாவும் உடந்தையாக இருக்கிறாரே என்று நினைக்க நினைக்க துக்கம் பொங்கியது. அம்மா இருந்திருந்தால் இப்படியெல்லாம் என்னை வருந்த விட்டிருப்பாளா?

அப்பாவும், சாவித்திரியும் காலை ஐந்து மணிக்கு என்னை அழைத்துக் கொண்டு காவிரி துலாக்கட்டத்தை அடைந்தனர். முடவன் முழுக்குக்காக வயதான முதியவர்கள், ஊனமுற்றவர்கள், குழந்தைகள் எனக் காவிரியின் இரு கரையையும் சூழ்ந்திருந்தார்கள். நடை பழகும் குழந்தைகளை கரம் பிடித்துச் அழைத்துச்

செல்வதைப்போல வயதானவர்களை ஒவ்வொரு அடியாக ஆற்றில் இறங்கச் செய்தார்கள் அவர்களின் குடும்பத்தினர்.

தண்ணீரில் பனங்காய்கள் மிதந்து வருவதைப்போல காவிரியாற்றின் இருமருங்கிலும் எங்கு பார்த்தாலும் மனிதத் தலைகளாகவே இருந்தன. எங்கெங்கும் முகங்கள்! அழுதபடியும், வேண்டுதல்களை முணகியபடியும், குளிரில் சிரித்தபடியும், அச்சப்பட்டும்.. எத்தனை முகங்கள்!!

நீருக்குள் நின்று பிராத்திப்பவர்களின் உள்ளக் கொந்தளிப்பு அத்தனையையும் உள்வாங்கியும் காவிரி இன்னும் பற்றி எரியாமல் இருக்க அம்மனிதர்களின் கண்ணீரே காரணாக இருக்கும் என்று நினைக்கும் அளவிற்கு அழுத கண்களோடு எங்கெங்கிலும் மனிதர்கள் தென்பட்டார்கள்.

வண்ண வண்ண துணிமூட்டைகளைப்போல ஆற்றில் மூழ்கி எழுபவர்கள், கரை நோக்கி வருவதும், கரையிலிருந்து நீரில் இறங்குவதுமாக இருந்தனர். இரண்டு கரையின் படிகளிலும் மக்கள் ஏற்றிக்கொண்டிருந்த விளக்குகள் நட்சத்திரங்களாய் மின்னிக்கொண்டிருந்தன. ஈர பளபளப்பிலும், விளக்கொளி பிரகாசத்திலும் இரண்டு கரைகளிலும் இருந்த படிக்கட்டுகள் கண்கவர்ந்து ஜொலித்தது.

சோடியம் விளக்கின் வெளிச்சம் காவிரிக்கு நடுவில் இருக்கும் கோபுரத்தின் மீது பட்டு பிரதிபலித்து அந்த இடமே பொன்னாய் மின்னியது. பொன்வெளிச்சத்தின் ஊடே கோபுரத்தைக் கடந்து ஒரு பறவை இரை தேடப் புறப்பட்டு பறந்துகொண்டிருந்தது.

துலாக் கட்டத்தில் இருக்கும் ஒரு தூணுக்கு அருகில் என்னுடைய வீல் சேரை நிறுத்தியிருந்தார்கள். ஆண்களும், பெண்களும், குழந்தைகளுமாக கரையேறி ஈரம் சொட்டச்சொட்ட என்னைக் கடந்து போய்க்கொண்டு இருந்தார்கள்.

சற்று நேரத்தில் நானும் தண்ணீருக்குள் இறங்க வேண்டுமென நினைத்த கணமே சட்டென்று அடி வயிற்றில் குளிரெடுக்க ஆரம்பித்தது. சட்டைக்குள் ஈரக்காற்று வேகமாக இறங்கி ரோமக்கால்கள் சிலிர்த்து நின்றன.

அப்பா திடீரென பதட்டமாகி, தன்னுடைய சட்டைப் பாக்கெட்டுகளைத் துழாவி, பேண்ட்டுக்குள் கையை விட்டு எதையோ தேடினார். அதிர்ச்சியான கண்களோடு சாவித்திரியைப் பார்த்து

“பாபுவை அழச்சிட்டு நீ போயி மூழ்கிட்டு வந்துடு.. ஃபோன எங்கேயோ விட்டுட்டேன்”

என சுற்றும், முற்றும் தரையைப் பார்த்துக் கொண்டே சென்றார்.

“அப்பா நீயும் வாப்பா.. அப்பா நீ இல்லாம நான் தண்ணியில எறங்க மாட்டேன்..” என நான் கூற அப்பா என்னைப் பார்த்து முறைத்தார்.

“அப்பா.. ப்ளீஸ்ப்பா வேண்டாம்பா” என்று நான் கூப்பிட கூப்பிட அப்பா போனைத் தேடிச் சென்றார்.

நான் ஏமாற்றத்துடன் அப்பா போவதையே பார்த்துக்கொண்டிருந்தேன். திடீரென என் உடலில் குளுமையான தொடுகையை உணர்ந்தேன். சாவித்திரி என்னிடம் எதுவும் பேசாமலேயே என்னை அள்ளி தூக்கிக் கொண்டாள்.

“என்ன விடுறி..மயிரே.. என்ன விடுறி நாயே.. என்ன விடுறி” என்று நெடுங்குரலெடுத்துக் கத்தினேன். அவள் முகத்திலேயே ‘பட்..பட்டென’ அடிக்கத் தொடங்கினேன்.. அவள் முகத்தைத் திருப்பிக்கொண்டு எந்த உணர்ச்சியும் காட்டாமல் நேர்கொண்ட பார்வையோடு தூக்கிக் கொண்டு நடந்தாள்.

அவள் காதுக்கு மேலிருந்து முடியைப் பிடித்து இழுத்து, அவள் காதிலும் கழுத்திலும் அறைந்தேன்.. அவள் அடி எதையும் பொருட்படுத்தாமல் காவிரியை தீர்க்கமாக பார்த்துக்கொண்டே, உதடுகளில் வேண்டுதலை முனகிக்கொண்டே என்னைக் காவிரிக்குள் தூக்கிச் சென்றாள்.

அவளது பிடியில் இருந்து என்னால் விடுவித்துக்கொள்ள முடியாத அளவிற்கு நான் பலகீனமாக இருப்பது மிகவும் துக்கமாக இருந்தது. கத்திக்கத்தி தொண்டைக் கமறியதால், பற்களை நறநறவெனெக் கடித்துக் கொண்டேன்.

நான் அவளைத் தொடர்ச்சியாகத் திட்டவும் அடிக்கவும் என்னைத் தண்ணீரில் அமிழ்த்திக் கொன்றுவிடுவாளோ என்ற அச்சம் எனக்கு உள்ளுக்குள் பரவியது. அதைக் காட்டிக்கொள்ளாமல் முகத்தைக் கடுமையாக்கிக் கொண்டு இறுதி முயற்சியாக அவள் முகத்தில் காறி உமிழ்ந்தேன். எச்சில் அவள் முகத்தில் வழிந்தது. அதை பொருட்படுத்தாமல் அவள் என்னைப் பார்த்து கண்களால் ஒரு புன்னகையை உதிர்த்தாள். சட்டென்று என் விழிகள் கரைந்துவிடுவதைப்போல உணர்ந்ததும் இமைகளைத் தாழ்த்திக்கொண்டேன். அதன் பிறகு அவளை அடிப்பதற்கு ஏனோ என் கைகள் நீளவில்லை.

பெரியவர்களுக்கு இடுப்பளவு தண்ணீரே இருந்தது. ஆற்றின் நடுப்பகுதிக்கு சென்று என்னைச் சுமந்து கிழக்கு நோக்கி நின்று மெதுவாகக் கீழே இறக்கிவிட்டாள்.

"நான் செத்துருவேன் செத்துருவேன் என்ன கொன்னுடாத கொன்னுடாத"

என்று பயத்தில் கத்தத் தொடங்கினேன்.

"அதெல்லம் ஒனக்கு ஒன்னும் ஆவாது.. நான் கூடவே இருக்கேன் மூனு தடவ மூழ்கி எந்திரி" என்றாள். முதன் முறையாக அவளது குரல் என்னை அசைத்தது. ஆற்றுக்குள் கட்டப்பட்டிருந்த கிணற்றுக் கட்டையைப் பிடித்துக்கொண்டு தலையை குனிந்தபடியே நின்றேன். உடல் எடையற்று இருந்தது. கால்கள் மீனின் சிறகுகள் போல தண்ணீருக்குள் வளைவதைப்போல உணர்ந்தேன். ஆழம் இல்லை என்று தெரிந்ததும் மனம் சற்று அமைதியானது.

எனக்கு அருகே நீர் மேல் நீர் விழும் 'சளப்.. சளப்' என்ற சத்தத்துடன் குழந்தைகள், பெரியவர்கள் என மூழ்கி எழுந்து கொண்டிருந்தார்கள்.

அப்போது, மீசை வளர்ந்த இருபது வயது சொல்லத்தக்க எலும்புப் பையனை இரண்டு கைகளிலும் ஏந்திக்கொண்டு நீரிலிருந்து எழுந்தாள் மஞ்சள் பூசிய முகத்தோடு இருந்த ஒரு தாய். வாழைச் சருகைப்போல ஒடிந்து தொங்கிய அந்தப் பையனின் கால்கள், அவன் முகத்திற்கு பொருந்தாமல்

குழந்தையினுடையதைப் போல இருந்தது. அவனோடு மூழ்கி எழும் தாயின் முகத்தில் இருந்த திட்பம், எனக்குள் எதையோ உடைத்து விட்டதைப் போலிருந்தது.

கால்களை எதுவோ இழுக்க, முகத்தில் அச்சம் சுடர் பரப்பியது "ஐயோ அம்மா" என்ற எனது குரல் கரையின் இருபுறமும் எதிரொலிக்க யாருமே என்னைத் திரும்பிப் பார்க்கவில்லை. என்னருகில் இருந்த சாவித்திரியையும் காணவில்லை. அச்சத்தில் பதற்றத்தில் தொண்டை அடைத்துக்கொண்டது.

மக்கள் எல்லோரும் ஆவேசத்துடன், நம்பிக்கையுடன் மூழ்கி எழுந்துகொண்டிருந்தனர். அவர்களைப் பார்க்கப் பார்க்க ஓடும் மெஷினில் நிற்பதுபோல உடல் அதிர்ந்தது.

சுற்றும் முற்றும் பார்த்தேன். எல்லோர் பக்கத்திலும் யாரோ ஒருவர் இருக்க, நான் மட்டும் அந்தப் பெருங்கூட்டத்தில் நடுவில் தனித்து அநாதையாக நின்றுகொண்டிருந்தேன். எனக்கு யாருமே இல்லை என்ற துணுக்குறல் ஏற்பட்டு கண்ணீர் கொட்டியது. உதடுகள் துடித்து கத்தி பெருங்குரலெடுத்து அழ ஆரம்பித்தேன்.

தனியறையில் இருக்கும்போது எனக்கு எந்தப் பயமும் இருந்ததில்லை. ஆனால் இத்தனை மக்கள் திரள் நடுவே தனியாக நிற்பது வயிற்றைச் சுருட்டிப் பிடிப்பது போல பெரும்பயம் கவ்வுகிறது. மேற்கொண்டு என்னால் கூட்டத்தை பார்க்கமுடியாமல் தலையைத் தாழ்த்தி தண்ணீருக்குள் தீப்பற்றி எரிந்துகொண்டிருப்பவனைப் போல நின்றுகொண்டிருந்தேன்.

பெருகி ஓடிய காவிரியின் பிரம்மாண்டம் என்னை மேலும் பலமற்றவனாக உணரச் செய்ய அதைத் தாங்க முடியாமல் சட்டென்று தண்ணீரில் மூழ்கினேன்.

மக்கள் சத்தம், நீரின் சத்தம் எதுவுமற்ற ஆழ்ந்த அமைதி.

பிறந்த குழந்தையின் பிஞ்சுப் பாதத்தை முத்தமிடுகிறார் அப்பா.

வீடு முழுக்கத் தவழ்ந்து போகிற குழந்தையான என்னைப் பிடிக்க முடியாமல் பின்னாலேயே ஓடி வருகிறாள் அம்மா.

மூச்சடக்க முடியாமல் தண்ணீரிலிருந்து மேலே எழும்பியவன் சுற்றிலும் கூட்டத்தின் சலசலப்பு சத்தம் தாங்காமல் மீண்டும் மூழ்கினேன்.

அம்மாவின் இரண்டு கால்களின் பெருவிரல்களும் இணைத்து வெள்ளைத் துணியால் கட்டப்பட்டிருக்கிறது. அம்மாவின் காலில் முகத்தை வைத்து அழுகிறேன். அவள் பாதத்தில் என் கண்ணீர் வழிந்து ஓடுகிறது.

ஆயிரம் கால்களோடு ஊர்ந்து வரும் மரவட்டை என் சக்கர நாற்காலியைத் துரத்துகிறது.

பெரும் முள்ளைப்போல எதுவோ என்னை தண்ணீருக்குள் அழுத்த என்னால் மூச்சு விட முடியவில்லை. மெல்ல விழியை உருட்டி தலையைத் திருப்பிப் பார்க்கிறேன். அவை ஒரு புறாவின் கால்கள். அவற்றிலிருந்து ரத்தம் வழிகிறது. நான் நேற்று அடித்த அதே புறாதான் இது. ரத்தம் வடிந்த அதன் பாதங்களைத் தொட்டுத் தடவிக் கொடுக்கிறேன். உடனே அது வெடுக்கென கால்களை உள்ளிழுத்து மீனென மாறி நீருக்கடியில் நீந்திச் சென்று மறைந்தது. மூச்சு முட்ட மேலே எழுந்தேன்.

தூரத்தில் கேதாரநாதர் சிவன் கோவிலிலிருந்து பிரம்ம தாளத்தின் சத்தத்தோடு, நெடுந்தாரையும், எக்காளமும் முழங்கியது, நீர் இருக்கும் பாத்திரத்தை தட்டியதைப் போல அந்த இசையில் நதி அதிர்ந்து என் உடல் சிலிர்த்தது.

இப்போது காவிரி நீர் என்னை அதுவாக மீண்டும் உள்ளிழுத்துக்கொண்டது. என்னுடல் கரைந்து நதியின் அடியாழம் நோக்கிப் போனது. முடிவிலியென சென்றுகொண்டே இருக்க ஆழத்தில் பேரிருள் சூழ்ந்தது. தாயின் கருவறைக்குள் இருக்கும் அமைதி, வழியற்று திகைத்தவன் முன் எதுவோ ஒன்று மின்ன அதைப் பார்த்தபடியே மெல்ல அருகே சென்று அதை உற்றுப் பார்த்தேன்.

கால் விரலில் அணிந்திருந்த வெள்ளி மெட்டி. அதைப் பார்த்தவுடன் என் கண்கள் பெரிதாக விரிந்தன

'இது என் அம்மாவோட கால்.. இது என் அம்மாவோட கால்..' மூச்சிழுத்து மூச்சுவிட்டவன் முகத்தைப் பார்க்கும் ஆவலில் தலையைத் தூக்கி தண்ணீரின் மேலே வந்தேன்.

நீராடிய தெய்வச் சிலையென நின்று கொண்டிருந்தது சாவித்திரி. "அம்மா.." என்று அழைத்து அவளைச் சிக்கெனப் பிடித்துக் கொண்டேன்.